Từ điển từ chuyên ngành

HÀN - VIỆT

lĩnh vực 40개 분야

40

한국어 · 베트남어

테마사전

외국어도서전문
1945
MTM
글로벌
어학사

Lời nói đầu

Từ chuyên ngành về các lĩnh vực luôn là một yêu cầu rất cần thiết cho việc học ngoại ngữ nói chung và tiếng Hàn nói riêng.

Sau một thời gian tìm tòi, biên soạn, sưu tầm, bổ sung, tôi và tập thể giáo viên của trường Hàn ngữ Việt Hàn Kanata đã cho ra đời quyển **Từ điển từ chuyên ngành 40 lĩnh vực** cả Hàn Việt và Việt Hàn.

Hy vọng quyển từ điển này sẽ giúp sức, rút ngắn bớt thời gian và phần nào công sức cho các bạn đang học tập và làm việc ở những lĩnh vực tương ứng.

Chúng tôi đã rất cố gắng, nhưng quả thật từ chuyên môn về các lĩnh vực vô cùng khó và hiếm, chúng tôi đã tìm hiểu và tham khảo thật nhiều ý kiến những người làm trong các lĩnh vực chuyên ngành để biên soạn, sưu tầm, nhưng vẫn cảm thấy còn thiếu rất nhiều, vì vậy rất mong muốn được các độc giả xa gần cùng góp ý, bổ sung để quyển sách nhiều nội dung phong phú, đa dạng hơn và ngày càng được hoàn thiện.

Xin chân thành cảm ơn các giảng viên Trần Thủy Tiên, Đào Thị Mỹ Chung, Bích Hạnh, Phùng Thanh Tuyền của trường Kanata đã hỗ trợ để hoàn thành quyển sách này.

Rất mong sự hợp tác và góp ý.

LÊ HUY KHOA

Sách tham khảo:
- Từ chuyên ngành tiếng Hàn, KOICA
- Đại từ điển Hàn Việt - Lê Huy Khoa
- Diễn đàn trang web: www.kanata.com.vn
  của trường Hàn ngữ Việt - Hàn Kanata

Mục lục

1. Cơ thể và tác dụng sinh lý 7
2. Gia đình và Bà con họ hàng 19
3. Trường học - Giáo dục 28
4. Từ chuyên ngành dành cho doanh nghiệp 42
5. Luật và Trật tự xã hội 50
6. Từ chuyên ngành về Bất động sản - Nhà ở - Xây dựng - Kiến trúc 63
7. Suy nghĩ và Cảm tính, Tình cảm 88
8. Giới tính và Hôn nhân 108
9. Mua sắm 113
10. Thời gian - Thời tiết 116
11. Năng lượng và Nguyên liệu 127
12. Thể dục - Thể thao 131
13. Ăn mặc và Thời trang 137
14. Từ chuyên dụng tại Sân bay - Nhập cảnh 148
15. Thông tin và Truyền thông 151
16. Chứng khoán 156
17. Sở thích 165
18. Từ chuyên ngành Môi trường 171
19. Đường sá và Giao thông 176
20. Nhà nước và Chính trị 189
21. Văn minh và Văn hóa 208

22. Kinh tế và Hoạt động kinh tế 212
23. Quốc phòng 244
24. Động tác 257
25. Bệnh và Trị liệu 268
26. Công nghiệp - Nông nghiệp 284
27. Tính cách và Thái độ 297
28. Từ chuyên ngành thuế 310
29. Số và Số lượng 335
30. Xuất bản và Báo chí 342
31. Nghệ thuật 347
32. Từ chuyên ngành ngân hàng 356
33. Con người và Quan hệ con người 361
34. Hiện tượng và Tự nhiên 373
35. Cư trú - Sinh hoạt 380
36. Nghề nghiệp và Công việc 400
37. Đầu tư nước ngoài 419
38. Cơ quan Nhà nước 445
39. Hải quan - Xuất nhập khẩu 448
40. Động vật 452
41. Ăn uống 468
42. Từ chuyên ngành nhà máy hải sản 493
43. Thực vật 498

신체와 생리작용

가랑이	Nách
가래	Đờm
가슴	Ngực
각선미	Vẻ đẹp đường cong
간	Gan
간니	Răng sữa
갈비뼈	Xương sườn
감각기관	Cơ quan cảm giác
건강하다	Khỏe mạnh
검버섯	Vết đen trên da
검지	Ngón trỏ
겨드랑이	Háng
고개	Cổ
골	Xương
골격	Hình thể
곱슬머리	Tóc xoăn
관상	Tướng mạo
관자놀이	Thái dương
관절	Khớp xương
광대뼈	Xương lưỡng quyền
구레나룻	Râu quai nón

구슬땀	Mồ hôi hột
군살	Thịt thừa
굳은살	Vết chai (tay, da)
궁둥이	Cái mông
귀	Tai
귀지	Ráy tai
귓가	Vành tai
귓구멍	Lỗ tai
귓등	Sống tai
귓바퀴	Vành tai
귓밥	Dái tai
귓불	Dái tai
금발	Tóc vàng
급소	Huyệt
기지개	Vươn vai
기침	Cơn ho
길몽	Mộng lành
꿈	Giấc mơ
나체	Lõa thể
난청	Lãng tai
날숨	Thở ra
납작코	Mũi tẹt
낮잠	Giấc ngủ ngày
낯	Khuôn mặt
내장	Nội tạng
넓적다리	Cái chân (bè)

노페물	Chất thải
뇌	Não
눈	Mắt
눈가	Vành mắt
눈곱	Ghèn mắt
눈꺼풀	Mí mắt
눈꼬리	Đuôi mắt
눈동자	Tròng mắt, con ngươi
눈두덩	Phần dưới mí mắt
눈망울	Tròng mắt
눈매	Ánh mắt
눈물	Nước mắt
눈물샘	Túi nước mắt
눈살	Vết nhăn ở mí mắt
눈썹	Lông mi
눈알	Con ngươi
눈총	Tia mắt sắc
늦잠	Giấc ngủ muộn
다리	Chân
단발머리	Tóc ngắn, tóc lửng
담즙	Mật
대변	Đại tiện
대장	Đại tràng
덧니	Răng khểnh
동맥	Động mạch
돼지코	Mũi heo

두뇌	Đầu não
뒤통수	Ót, gáy
들숨	Hơi thở vào
들창코	Mũi hếch
등	Lưng, eo
따귀	Thái dương
딸기코	Mũi cà chua
딸꾹질	Nấc cụt
땀	Mồ hôi
땀구멍	Lỗ chân lông
때	Gét, đất
똥	Phân
똥구멍	Lỗ đít
똥배	Bụng phân
마렵다	Bí, buồn (đại tiểu tiện)
매부리코	Mũi diều hâu
맥	Mạch
맥박	Nhịp đập
맹장	Ruột thừa
머리	Đầu, tóc
머리카락	Sợi tóc, tóc
명치	Ức
모공	Lỗ chân lông
목	Cổ
목젖	Thanh quản
몸	Cơ thể

몸매	Hình dáng cơ thể
몸무게	Trọng lượng cơ thể
몸집	Độ lớn cơ thể, thể hình
몸통	Hình dáng cơ thể
무릎	Đầu gối
물렁뼈	Xương mềm
반점	Vết thâm, nốt ruồi
발	Chân
발가락	Ngón chân
발꿈치	Gót chân
발등	Sống chân
발목	Cổ chân
발바닥	Bàn chân
발톱	Móng chân
밥통	Dạ dày
방귀	Đánh rắm
배	Bụng
배꼽	Rốn
배설	Bài tiết
배설기관	Cơ quan bài tiết
백발	Tóc trắng
백혈구	Bạch huyết cầu
변	Đại tiểu tiện
보조개	Lúm đồng tiền
보지	Âm hộ
볼	Má

신체어 생리 작용

볼기	Mông
볼우물	Má lúm đồng tiền
분비물	Chất bài tiết
불알	Hòn dái
비뇨기	Cơ quan tiết niệu
비듬	Gàu trên đầu
비지땀	Mồ hôi hột
뺨	Má
뻐드렁니	Răng khểnh
뼈	Xương
뼈대	Khung xương
뼈마디	Đốt, khúc xương
뽕	Bùng, thùm (đánh rắm)
사랑니	Răng khôn
삭발	Cạo đầu
살	Da, thịt
살갗	Nước da
살결	Nước da
상투	Tóc búi, túi tóc
새끼손가락	Ngón út
생리	Sinh lý
생식기	Thời kỳ sinh sản
선잠	Giấc ngủ trằn trọc
성기	Cơ quan sinh dục
소름	Gai ốc, nổi da gà
소변	Tiểu tiện

소장	Ruột non
소화기	Cơ quan tiêu hóa
속눈썹	Lông mi
손	Tay
손가락	Ngón tay
손금	Đường chỉ tay
손등	Sống tay
손목	Cổ tay
손바닥	Bàn tay
손톱	Móng tay
솜털	Lông tay
송곳니	Răng nanh
수면	Ngủ
수염	Râu, ria
숙면	Giấc ngủ
숙변	Táo bón
순환계	Hệ tuần hoàn
숨	Hơi thở
숨구멍	Cổ họng
술	Búi tóc buộc một đầu (trang trí)
시력	Thị lực
시신경	Thần kinh thị giác
식도	Thực quản
식은땀	Mồ hôi lạnh
신경	Thần kinh
신경계	Hệ thần kinh

신체러 생리어

신장	Thận
신진대사	Sự trao đổi chất
신체	Thân thể, cơ thể
심장	Trái tim
심전도	Điện tâm đồ
쌍꺼풀	Mắt hai mí
쓸개	Mật động vật
아랫배	Bụng dưới
아랫입술	Môi dưới
악몽	Ác mộng
안구	Nhãn cầu
앞니	Răng trước
애꾸눈	Chột mắt
약지	Ngón tay đeo nhẫn
약체	Cơ thể yếu đuối
약하다	Yếu (cơ thể)
어깨	Vai
얼굴	Khuôn mặt
엄지	Ngón tay cái
엄지발가락	Ngón chân cái
엉덩이	Cái mông
여드름	Mụn
염통	Trái tim
옆구리	Hông, sườn
오금	Phía sau gối
오줌	Tiểu tiện

요도	Niệu đạo
월경	Kinh nguyệt
위	Dạ dày
위산	Axít dạ dày
위장	Ruột và dạ dày
윗배	Bụng trên
윗입술	Môi trên
유방	Vú
유전자	Gien di truyền
유치	Trẻ em
육체	Cơ thể
은발	Tóc bạc
음경	Dương vật
이	Răng
이마	Trán
이빨	Răng
인공호흡	Hô hấp nhân tạo
인대	Gân
인중	Nhân trung
입	Miệng
입술	Môi
입천장	Vòm họng
잇몸	Lợi
자궁	Tử cung
잠	Giấc ngủ
장기	Các cơ quan nội tạng

신체어 생리작용

재채기	Hắt xì hơi (mũi)
적혈구	Huyết cầu đỏ, hồng cầu
점	Nốt ruồi
정강이	Ống chân
정맥	Tĩnh mạch
정수리	Đỉnh đầu, thóp đầu
젖	Sữa
젖가슴	Vú
종아리	Bắp chân
주름살	Nếp nhăn
주먹	Quả đấm
주먹코	Mũi quả đấm
지리다	Són ra (nước tiểu, phân)
지문	Dấu vân tay
진땀	Mồ hôi hột
집게손가락	Ngón tay trỏ
창자	Ruột già và ruột non
청력	Khả năng nghe
체온	Nhiệt độ cơ thể
체중	Thể trọng
체취	Mùi mồ hôi
체형	Thể hình
치아	Răng
침	Nước bọt
침샘	Tuyến nước bọt
코	Mũi

코딱지	Cứt mũi
코털	Lông mũi
콧구멍	Lỗ mũi
콧날	Cánh mũi
콧등	Sống mũi
콧물	Nước mũi
콧수염	Ria mép
키	Chiều cao cơ thể
태몽	Giấc mộng có thai
턱	Cằm
턱수염	Râu cằm
털	Lông
트림	Ợ ra
튼튼하다	Rắn chắc
팔	Cánh tay
팔꿈치	Cùi tay
팔뚝	Bắp tay
팔목	Cổ tay
폐	Phổi
피	Máu
피부	Da
핏줄	Huyết mạch
하품	Ngáp
해골	Xương sống
허리	Lưng, eo
허벅지	Bắp đùi

허파	Phổi
혀	Lưỡi
혈관	Huyết quản
혈압	Huyết áp
혈액	Huyết thanh, máu
혈액순환	Tuần hoàn máu
혈액형	Nhóm máu
호흡	Hô hấp
호흡기관	Cơ quan hô hấp
혹	U, khối u
흉터	Vết sẹo
흰머리	Tóc bạc
힘줄	Gân

가족과 친인척

가문	Gia môn
가정	Gia đình
가정환경	Hoàn cảnh gia đình
가족	Gia đình
가족계획	Kế hoạch gia đình
가족관계	Quan hệ gia đình
가족제도	Chế độ gia đình
결손가정	Gia đình thiếu cha hoặc mẹ
결혼	Kết hôn
겹사돈	Thông gia trùng
계모	Kế mẫu, mẹ kế
계부	Kế phụ, cha kế
고모	Cô (chị ruột của ba)
고모부	Chú, dượng (chồng cô ruột)
고부	Mẹ chồng nàng dâu
고조할머니	Bà cố nội
고조할아버지	Ông cố nội
고종사촌	Anh em họ
남동생	Em trai
남매	Anh, chị, em
남편	Chồng

누나	Chị gái (em trai gọi)
누님	Chị gái (gọi cách trân trọng)
누이	Chị bà con
누이동생	Em bà con
당숙	Dòng tộc
대가족	Đại gia đình
데릴사위	Con rể ở nhờ
도련님	Cách gọi em chồng chưa kết hôn cách trân trọng
동기	Đồng kì (cùng lứa học)
동생	Em
동서	Cọc chèo
따님	Con gái (kính trọng)
딸	Con gái
마누라	Vợ
막내	Con út
맏딸	Con gái đầu lòng
맏아들	Con trai đầu lòng
맏이	Đầu tiên, con đầu
매부	Anh rể hoặc em rể
매제	Em rể
매형	Chồng của chị bà con, anh rể họ
며느리	Con dâu
모녀	Mẹ và con gái
모성애	Tình mẫu tử
모자	Mẫu tử

모친	Mẫu thân
무남독녀	Vô nam độc nữ, có con gái không con trai
바깥사돈	Ông thông gia (cả hai bên)
바깥양반	Đức ông (cách gọi tôn trọng của người vợ cho chồng mình)
방계가족	Gia đình bàng hệ, cùng họ nhưng khác chi
백모	Bác (chị của mẹ)
백부	Bác (anh của ba)
본처	Vợ hợp pháp, vợ chính
부군	Phu quân
부녀	Phụ nữ
부모	Ba mẹ
부부	Vợ chồng
부인	Phu nhân
부자	Người giàu
부친	Phụ thân
불효자	Con bất hiếu
사돈	Thông gia
사돈어른	Ông bà thông gia
사돈처녀	Cô con gái nhà thông gia
사돈총각	Cậu con trai nhà thông gia
사위	Con rể
사촌	Anh chị em họ
삼촌	Chú

가족과 친인척

새 아버지	Ba kế
새어머니	Mẹ kế
새언니	Chị kế
생모	Thân mẫu, mẹ đẻ
생부	Thân phụ, cha đẻ
생질	Cháu trai con chị
서방	Người chồng
서방님	Ông chồng (cách gọi trân trọng)
손녀	Cháu gái (của ông bà)
손부	Vợ của cháu trai
손자	Cháu trai
수양딸	Con gái nuôi
수양아들	Con trai nuôi
숙모	Dì (em mẹ)
숙부	Chú (em ba)
시누이	Chị chồng
시댁	Nhà chồng (cách nói trân trọng)
시동생	Em chồng
시부모	Bố mẹ chồng
시아버지	Bố chồng
시아주머니	Cô bên chồng
시어머니	Mẹ chồng
시집	Nhà chồng
식구	Nhân khẩu
아내	Vợ
아드님	Con trai (cách nói trân trọng)

아들	Con trai
아버님	Ba, bố (cách nói trân trọng)
아버지	Ba, bố
아범	Ba
아비	Bố, cha, thầy
아빠	Ba
아우	Em trai của anh, em gái của chị
아저씨	Chú
아주머니	Cô, dì
아주버니	Anh chồng
아주버님	Anh chồng (tôn trọng)
안사돈	Bà nhà (hai bên thông gia gọi nhau)
안사람	Người nhà tôi, nhà tôi, vợ tôi
양녀	Con gái nuôi
양부모	Bố mẹ nuôi
양아들	Con trai nuôi
양아버지	Ba nuôi
양어머니	Mẹ nuôi
양자	Con nuôi
어머니	Mẹ
어머님	Mẹ (cách gọi trân trọng)
어멈	Vú nuôi
어미	Mẹ, con mẹ (động vật)
언니	Chị gái (em gái gọi)
엄마	Mẹ
여동생	Em gái

여편네	Bà xã
오누이	Anh chị
오라버니	Anh của em gái
오빠	Anh trai (em gái gọi)
올케	Chị dâu hoặc em dâu
외사	Việc đối ngoại
외갓집	Nhà ngoại
외동딸	Con gái một
외사촌	Anh em bên ngoại
외삼촌	Cậu
외손녀	Cháu gái ngoại
외손자	Cháu trai ngoại
외손주	Cháu ngoại
외숙모	Mợ (vợ của cậu)
외숙부	Cậu
외아들	Con trai duy nhất (độc nam)
외할머니	Bà ngoại
외할아버지	Ông ngoại
의붓아버지	Bố kế
의붓어머니	Mẹ kế
의붓자식	Con ghẻ
의형제	Anh em ghẻ
이모	Cô (ruột)
이모부	Chú (chồng cô ruột)
이복형제	Anh em cùng cha khác mẹ
이산가족	Gia đình bị ly tán
이종사촌	Con của dì

인척	Thân thích do hôn nhân mà có
입양아	Con nuôi
입양하다	Nhận hoặc nhận làm con nuôi
자녀	Con cái
자매	Chị em gái
자손	Con và cháu
자식	Con cái
작은아버지	Chú ruột
작은어머니	Dì
작은집	Nhà của em trai, con trai
장남	Trưởng nam,
장녀	Trưởng nữ
장모	Mẹ vợ
장모님	Mẹ vợ (cách gọi tôn trọng)
장인	Bố vợ
장인어른	Bố vợ (cách gọi tôn trọng)
전처	Vợ cũ (đã ly dị)
제부	Em rể
제수	Em vợ
조강지처	Người vợ cùng chia sẻ ngọt bùi đắng cay của cuộc sống
조부모	Ông bà nội
조상	Tổ tiên
조카	Cháu trai
족보	Gia phả
종갓집	Nhà chính
종친회	Cuộc họp mặt của đại gia đình

가족과 친인척

증손녀	Chắt gái
증손자	Chắt trai
증조할머니	Bà cố nội
증조할아버지	Ông cố nội
직계가족	Anh em trực hệ
질녀	Cháu gái
질부	Cháu dâu
집사람	Bà xã
집안	Trong nhà
처가	Nhà bố mẹ vợ
처남	Anh em trai bên vợ
처제	Em gái vợ
처조카	Cháu vợ
처형	Chị vợ
첩	Thiếp, vợ lẽ
촌수	Mối quan hệ họ hàng (xa, gần)
춘부장	Bác, chú (gọi ba người khác cách trân trọng)
친인척	Họ hàng gần
친자	Con ruột
친정	Bên vợ
친정아버지	Ba vợ
친정어머니	Mẹ vợ
친족	Thân tộc
친족관계	Quan hệ thân tộc
친지	Người thân tín, thân thuộc
친척	Họ hàng

친할머니	Bà nội
친할아버지	Ông nội
큰아버지	Bác (anh của ba)
큰어머니	Bác (chị của mẹ)
큰집	Nhà chồng
할머니	Bà
할아버지	Ông
항렬	Cấp bậc của mối quan hệ, họ hàng
핵가족	Gia đình hạt nhân
현모양처	Hiền thê lương mẫu
혈연	Huyết thống
혈연관계	Quan hệ máu mù (ruột rà)
형	Anh
형님	Anh trai (cách gọi trân trọng)
형부	Anh rể
형수	Chị dâu
형제	Anh em
혼인	Hôn nhân
홀어머니	Thiếu phụ, quả phụ
효녀	Hiếu nữ
효도	Hiếu đạo
효부	Con dâu có hiếu
효자	Người con hiếu thảo
후손	Con cháu đời sau
후처	Vợ sau, vợ thứ

학교와 교육

가르치다	Dạy học
가정교육	Giáo dục gia đình
가정통신문	Bản thông tin gia đình
간호대학	Trường đại học y tá
간호사관학교	Trường học sĩ quan y tá
강당	Giảng đường
강사	Giảng viên
강사진	Đội ngũ giáo viên
강의	Bài giảng
강의계획서	Bảng kế hoạch giảng dạy
강의실	Phòng học
강의하다	Giảng bài
개강	Khai giảng
개교하다	Khai trường, thành lập trường
개근상	Phần thưởng chuyên cần
개인교습	Học một thầy một trò, học riêng
개학	Khai trường
견학	Thực tập, học thực tế
결석	Vắng mặt
결울방학	Nghỉ đông

겸임교수	Giáo sư kiêm nhiệm
고등학교	Cấp ba
고등학교	Trung học phổ thông
고등학생	Học sinh trung học phổ thông
고시	Kỳ thi tuyển công chức
고시원	Phòng thi
공립학교	Trường công lập
공부를 못한다	Học kém
공부를 잘한다	Học giỏi
공부하다	Học
공업고등학교	Trường trung học Công nghiệp
공책	Vở
과목	Môn học
과외	Học thêm
과제	Đề mục, chủ đề
과학고등학교	Trường trung học phổ thông khoa học
과학기술대학교	Trường đại học Khoa học kĩ thuật
교감	Quản giáo
교과	Bài học
교과서	Sách giáo khoa
교구	Dụng cụ giảng dạy
교단	Bục giảng
교무실	Phòng giáo vụ
교문	Cổng trường

교복	Đồng phục nhà trường
교사	Giáo viên
교생	Giáo sinh
교수	Giáo sư
교수진	Đội ngũ giáo sư
교실	Phòng học
교원	Giáo viên
교육	Giáo dục
교육기관	Cơ quan giáo dục
교육대학	Đại học Sư phạm
교육목적	Mục đích giáo dục
교육목표	Mục tiêu giáo dục
교육법	Phương pháp giáo dục
교육부	Bộ giáo dục
교육훈련부	Bộ Giáo dục và Đào tạo
교육시설	Hệ thống, thiết bị giáo dục
교육실습	Thực tập giáo dục
교육자	Người giáo dục
교육적	Tính chất giáo dục
교육철학	Triết học giáo dục
교육평가	Đánh giá giáo dục
교육행정	Hành chính giáo dục
교장	Hiệu trưởng
교장실	Văn phòng hiệu trưởng
교재	Giáo trình
교직원	Nhân viên nhà trường

교탁	Bàn học
교표	Huy hiệu trường
교훈	Giáo huấn
국립대학	Đại học quốc gia
국어	Quốc ngữ
근신	Dè dặt và thận trọng
급훈	Giáo huấn của cấp học
기숙사	Kí túc xá
기숙사비	Tiền ký túc xá
낙방하다	Thi rớt, hỏng thi
낙제하다	Thi trượt
남학생	Học sinh nam
노인대학	Đại học dành cho người già
녹음 방	Phòng ghi âm
놀이방	Phòng chơi
농업고등학교	Trường trung học phổ thông nông nghiệp
단과대학	Trường đại học chuyên khoa
단원	Thành viên
담당교사	Giáo viên phụ trách
답안지	Bảng đáp án
대학교	Trường đại học
대학생	Sinh viên
대학에 들어가다	Vào đại học
대학원	Viện cao học
대학원생	Sinh viên cao học
덜어지다	Rớt

도서관	Thư viện
독서실	Phòng đọc sách
동아리방	Phòng câu lạc bộ
동창	Bạn cùng học
득점	Điểm thi
등교하다	Đi học
등록금	Tiền làm thủ tục nhập học
등록하다	Đăng kí
등수	Xếp hạng, bậc
마이크	Micrô
면접	Phỏng vấn
명예교수	Giáo sư danh dự
명예박사	Tiến sĩ danh sự
명찰	Bảng tên
모교	Trường cũ
모범생	Học sinh gương mẫu
무기정학	Nghỉ học vô thời hạn
무용실	Phòng múa
문제	Đề thi
문제학생	Học sinh có vấn đề
문학	Văn học
물리학	Vật lý
미술실	Phòng mỹ thuật
미술대학	Đại học Mỹ thuật
미술도구	Dụng cụ mỹ thuật
박사	Tiến sĩ

반장	Lớp trưởng
발표	Phát biểu
방송대학	Đại học truyền thanh
방학	Kì nghỉ
배우다	Học
법과대학	Đại học Luật
법대	Đại học Luật
보강	Học bù
보건소	Trung tâm y tế
보고서	Bài báo cáo
보기	Ví dụ, thí dụ
보육원	Vườn trẻ
보조교사	Giáo viên hỗ trợ
보충수업	Học bổ sung
복사기	Máy copy
복습하다	Luyện tập
복학생	Sinh viên học lại
본교	Ngôi trường chính
볼펜	Bút bi
부교수	Phó giáo sư
부전공	Chuyên ngành phụ
부총장	Phó hiệu trưởng
분교	Chi nhánh trường
분필	Phấn bảng
불량학생	Học sinh cá biệt
불합격	Thi trượt

비교육적	Phi giáo dục
비디오	Video
사교육비	Phí giáo dục tư
사립대학	Đại học dân lập
사무실	Văn phòng
사물함	Thùng bảo quản
사범대학	Đại học Sư phạm
사학년	Năm thứ 4
사회교육원	Viện Giáo dục xã hội
산업대학	Đại học Công nghiệp
삼학년	Năm thứ 3
상급생	Sinh viên đàn anh, đàn chị
상담교사	Giáo viên tư vấn
새내기	Học sinh mới, nhân viên mới
생활관	Nơi sinh hoạt của sinh viên
생활기록부	Sổ lưu sinh hoạt
석사	Thạc sĩ
선배	Tiền bối, khóa trước
선생님	Giáo viên
성교육	Giáo dục giới tính
성적	Thành tích
성적표	Bảng điểm
소풍	Đi picnic
수능시험	thi đại học
수료증	Bằng tốt nghiệp
수업료	Học phí

수업시간	Thời gian học
수학	Môn toán
수학능력시험	Thi kiểm tra năng lực môn toán
수험생	Thí sinh (dự thi)
수험표	Phiếu dự thi
숙제	Bài tập
스승의 날	Ngày Nhà giáo
시간표	Thời khóa biểu
시청각교육	Giáo dục nghe nhìn
시청각실	Phòng lab
시험	Thi
시험감독	Giám thị canh (coi) thi
시험지	Giấy thi
신입생	Sinh viên mới nhập học
실습	Thực tập
실험	Thí nghiệm
실험실	Phòng thí nghiệm
아동교육	Giáo dục nhi đồng
알림장	Bảng thông báo
액정프로젝터	Máy chiếu tinh thể lỏng
야외수업	Lớp học dã ngoại
야학	Lớp học vào ban đêm
양호실	Phòng y tế
어린이집	Nhà trẻ
어학실습실	Phòng luyện tập ngôn ngữ học
어학연수	Học ngôn ngữ

여대	Đại học nữ
여름방학	Nghỉ hè
여학생	Sinh viên nữ
역사	Lịch sử
연구생	Nghiên cứu sinh
연구실	Phòng nghiên cứu
연수	Tu nghiệp
연필	Bút chì
영어	Tiếng Anh
영재교육	Giáo dục năng khiếu
예습하다	Luyện tập
외국어고등학교	Trường trung học phổ thông ngoại ngữ
외대	Đại học Ngoại ngữ
우등상	Phần thưởng ưu tú
우등생	Sinh viên ưu tú
운동장	Sân vận động
원장	Viện trưởng
유급	Lưu cấp, lưu ban
유기정학	Nghỉ học có thời hạn
유아원	Nhà trẻ
유치원	Mẫu giáo
유학생	Lưu học sinh
유학하다	Đi du học
육군사관학교	Trường Sĩ quan Lục quân
음악대학	Đại học Nhạc
응시자	Người ứng thi, thí sinh

의과대학	Đại học Y
의대	Đại học Y
의자	Ghế ngồi
이 학년	Năm thứ 2
이름표	Bảng tên
이사장	Chủ tịch hội đồng nhà trường
익히다	Thuần thuộc, chín mùi
인솔교사	Giáo viên hướng dẫn
일학년	Năm thứ nhất
입학금	Phí nhập học
입학시험	Thi nhập học, thi đầu vào
입학식	Lễ nhập học
자습서	Sách tự học
자연대학	Đại học Tự nhiên
자퇴	Tự nghỉ
장학금	Học bổng
장학사	Thanh tra học đường
재교육	Tái giáo dục
재수생	Học sinh học thi lại (vì rớt thi kỳ trước)
전공	Chuyên ngành
전공하다	Chuyên về cái gì
전과	Chuyên khoa
전담교사	Giáo viên chịu trách nhiệm toàn bộ, giáo viên chủ nhiệm
전문대학	Trường cao đẳng
전인교육	Giáo dục nhân cách

전임강사	Giáo viên chủ nhiệm
전학	Sự chuyển trường
전학생	Sinh viên chuyển trường
점수	Điểm số
정보산업고등학교	Trường trung học phổ thông Công nghệ thông tin
정학하다	Tạm cho nghỉ học (học sinh vi phạm nội qui trường)
제적	Xóa tên
조기졸업	Tốt nghiệp sớm
조장	Tổ trưởng
졸업생	Sinh viên tốt nghiệp
졸업식	Lễ tốt nghiệp
졸업여행	Du lịch mừng tốt nghiệp
졸업장	Bằng tốt nghiệp
졸업증	Bằng tốt nghiệp
졸업증명서	Giấy chứng nhận tốt nghiệp
졸업하다	Tốt nghiệp
종강	Kết thúc bài học
종합대학	Trường đại học Tổng hợp
주관식	Tính chủ quan
주임교사	Giáo viên chủ nhiệm
중퇴	Bỏ học giữa chừng
중학교	Cấp 2
지각	Trễ giờ học, đi muộn
지도교수	Giáo sư chỉ đạo
지리학	Địa lý

지우개	Cục tẩy
지진아	Trẻ thiểu năng
지침서	Sách hướng dẫn
직업교육	Giáo dục hướng nghiệp
진도표	Bảng tiến độ
참고서	Tài liệu tham khảo
채점	Cho điểm, chấm điểm
책	Sách
책가방	Cặp sách
책상	Bàn học
책장	Tủ sách, kệ sách
청소도구	Dụng cụ dọn vệ sinh
체벌	Xử phạt (thể xác)
체육관	Phòng tập thể dục
초등학교	Cấp 1
총장	Hiệu trưởng trường đại học
출석	Có mặt (trong buổi học)
출석부	Sổ điểm danh
출제	Ra đề thi
칠판	Bảng đen
컴퓨터	Máy tính
탁아소	Nhà trẻ
탁자	Cái bàn
토론	Thảo luận
특수교육	Giáo dục cá biệt, có tính chất riêng
특수학교	Trường học đặc biệt

편입생	Sinh viên vào học giữa chừng
평가	Đánh giá
평점	Điểm thi, điểm chuẩn
폐교	Đóng cửa trường
필기도구	Dụng cụ để viết
필통	Hộp bút
학과	Khoa
학과사무실	Văn phòng khoa
학교	Trường học
학교에 가다	Tới trường
학급	Cấp học
학기	Học kì
학년	Năm học
학력	Học lực
학번	Năm học
학벌	Cùng khóa học
학부장	Trưởng khoa
학비	Học phí
학사	Cử nhân
학생	Học sinh
학생식당	Căng tin học sinh
학생증	Thẻ sinh viên
학생회	Hội sinh viên
학습서	Sách học
학업	Thành tích học tập
학용품	Dụng cụ học tập

학원생	Học viên
학원폭력	Bạo lực học đường
학위	Học vị
학위수여식	Lễ nhận bằng
학장	Hiệu trưởng
학적부	Sổ điểm
학점	Học trình
한국어과	Khoa tiếng Hàn
합격하다	Đậu, đỗ (thi)
해군사관학교	Trường Sĩ quan Hải quân
현장학습	Luyện tập tại hiện trường
화학	Hóa học
후배	Người học khóa sau, hậu bối
휴가	Kì nghỉ
휴강	Nghỉ giảng, nghỉ học
휴게실	Phòng nghỉ
휴학	Ngưng học, nghỉ học

약력 - 학회

기업용어

2인이상으로 구성된 유한 책임회사	Công ty trách nhiệm hữu hạn hai thành viên trở lên
감사위원회 위원장	Trưởng ban kiểm soát
건의를 받다	Chấp thuận kiến nghị
경리장	Kế toán trưởng
회계 책임자	Kế toán trưởng
경영	Kinh doanh
경영분야	Lĩnh vực kinh doanh
고소	Khiếu nại, tố cáo
고용하다	Thuê
공시하다	Công bố
공포하다	Ban hành, công bố
구조 개편	Tổ chức lại, tái cơ cấu
국가 소유 출자 지분	Phần vốn góp sở hữu nhà nước
국가 소유주식 자본	Vốn cổ phần sở hữu nhà nước
국가 예산 자본	Vốn ngân sách nhà nước
권리와 이익을 보장하다	Bảo đảm quyền lợi và lợi ích
규정 양식에 따라	Theo mẫu quy định

근무일수	Số ngày làm việc
2 일전까지	Chậm nhất hai ngày làm việc
금지 행위	Hành vi bị cấm
급여 지급 받다	Được hưởng lương
기간 만기 채무	Khoản nợ đến hạn, nợ đáo hạn
기업 관리자	Người quản lý doanh nghiệp
기업 조직 개편	Tổ chức lại doanh nghiệp
기업	Xí nghiệp, doanh nghiệp
기업의 정치-사회 조직	Tổ chức chính trị - xã hội trong doanh nghiệp
기업의 정치조직	Tổ chức chính trị trong doanh nghiệp
다음중 하나의 방식으로	Bằng một trong những cách sau đây
대출하다	Cho vay
등록하다	Đăng ký
매각하다	Bán
면직하다	Bãi miễn
파면하다	Bãi miễn
모집하다	Thu, gom, triệu tập
모회사	Công ty mẹ
몰수하다	Tịch thu
무한책임 사원	Thành viên trách nhiệm vô hạn
문서 보관 제도	Chế độ lưu trữ tài liệu
미출자금	Số vốn chưa góp

박탈하다	Truất quyền
반대 표결을 행사하다	Bỏ phiếu không tán thành
발급을 거절하는 행위	Hành vi từ chối cấp
발췌하다	Trích lục
방식	Thể thức
배당금	Cổ tức
배치하다	Định đoạt, bố trí, sắp xếp
법류상 평등	Bình đẳng trước pháp luật
법적 대표자	Người đại diện theo pháp luật
법정자본금	Vốn pháp định
변경하다	Thay đổi
보완하다	Bổ sung
보장하다	Bảo đảm
보통주	Cổ phần phổ thông
부급 부처	Cơ quan ngang bộ
분리	Phân chia
분실되다	Bị mất
불편을 끼치다	Gây phiền hà
사업자등록증	Giấy chứng nhận đăng ký kinh doanh
사원 등록 명부	Sổ đăng ký thành viên
사원의 수	Số lượng thành viên
사원총회	Hội đồng thành viên
사원총회의장	Chủ tịch hội đồng thành viên
사회 보험	Bảo hiểm xã hội

의료 보험	Bảo hiểm y tế
삭제 건의하다	Kiến nghị bãi bỏ
삭제하다	Bãi bỏ, xóa
상속권	Quyền thừa kế
서면 의견 수렴	Lấy ý kiến bằng văn bản
선발하다	Tuyển chọn, bầu ra
선임권	Quyền bổ nhiệm
선출하다	Bầu
세금 납부	Nạp thuế
세금 코드	Mã số thuế
세금을 신고하다	Kê khai thuế
세무서	Cơ quan thuế
소송하다	Tố tụng
소수 지분 사원	Thành viên thiểu số
수입대표자	Người đại diện theo ủy quyền
보완하다	Sửa đổi, bổ sung
수정하다	Sửa đổi
수증자	Người được tặng
시장가	Giá thị trường
시장을 발굴하다	Tìm kiếm thị trường
신문에 거재하다	Đăng tải trên báo
악영향을 미치다	Gây ảnh hưởng xấu
업종	Loại nghề nghiệp, ngành nghề
역사 문화 유적 보존	Bảo vệ di tích lịch sử văn hóa

연간 재무제표	Báo cáo tài chính hằng năm
열람	Bản trích lục tóm tắt
요금 지불	Trả phí
요금 지불하다	Trả phí
요약발췌본	Bản trích lục tóm tắt
위기가 감지 되는 상황	Nguy cơ có thể xảy ra
을/를 담다	Chứa đựng, có nội dung
의결권 자본	Vốn có quyền biểu quyết
의결권	Phiếu biểu quyết
이사회	Hội đồng quản trị
자본 동원	Huy động vốn
자원	Nguồn lực
자율권	Quyền tự chủ
자회사	Công ty con
장애 요소를 유발시키다	Gây cản trở
재무상의 의무	Nghĩa vụ về tài chính
재무보고	Báo cáo tài chính
재정보고	Báo cáo tài chính
재산의 종류	Loại tài sản
재심의하다	Đánh giá lại, thẩm tra lại
재평가하다	Rà soát, đánh giá lại
적시에	Kịp thời
정관 자본금	Vốn điều lệ
제도를 시행하다	Thực hiện chế độ

제출하다	Trình, đề xuất
조건이 충분한 자	Người đủ điều kiện
주식지분	Cổ phần
주주 명부	Danh sách cổ đông
주주	Cổ đông
증여자	Người tặng
기부자	Người tặng
지배 지분	Cổ phần chi phối
지분을 처분하다	Xử lý phần góp vốn
진행 절차	Thủ tục tiến hành
찢어지다	Bị rách
창립멤버	Thành viên thành lập
창립 주주	Cổ đông sáng lập
채무	Nợ
채무를 변제하다	Thanh toán các khoản nợ
채무변제로 사용하다	Sử dụng để trả nợ
초안 준비	Chuẩn bị bản thảo
초안	Bản thảo
추가 출자	Góp thêm vốn
출자 지분 가치	Giá trị phần góp vốn
출자 지분 양도	Chuyển nhượng phần góp vốn
출자 지분 확인서	Giấy chứng minh phần góp vốn
출자 지분 환매	Yêu cầu mua lại phần góp vốn
출자 지분	Phần góp vốn

출자지분 처리	Xử lý phần góp vốn
통계법의 규정을 준수하다	Tuân thủ quy định của luật thống kê
통과하다	Thông qua
투자 자본금 회수	Thu hồi vốn đầu tư
투자 자본을 허위 신고하다	Kê khai khống vốn đăng ký
표결하다	Biểu quyết
합법서류	Hồ sơ hợp lệ
합병	Sáp nhập
합의	Thỏa thuận
해당 국가기관	Cơ quan có thẩm quyền
해당 동급 기관	Cơ quan cùng cấp
행사하다	Thực hiện (việc gì)
행정조치로	Bằng biện pháp hành chính
회계업무	Nghiệp vụ kế toán
회사 내부 관리 규제서	Quy chế quản lý nội bộ công ty
회사의 명의를 사용하다	Nhân danh công ty
회의 의사록	Biên bản hội nghị, biên bản họp
후견자	Người giám hộ
훈견인	Người giám hộ
훼손되다	Bị hư hỏng
흡수	Hợp nhất
노조	Công đoàn

인사	Nhân sự
회계과	Phòng tài chính
경리장	Kế toán trưởng
노동허가	Giấy phép lao động
가불	Ứng lương
파업	Đình công
복리	Phúc lợi
수출시장	Thị trường xuất khẩu
주시장	Thị trường chủ yếu
상장하다	Lên sàn
국내소매	Tiêu thụ trong nước

법과 질서

가석방	Tạm tha
가정법원	Tòa án gia đình
가해자	Người gây hại, người có lỗi
감금하다	Giam cầm
감방	Phòng giam
감옥	Nhà tù
감옥살이	Đi tù
강도	Cướp
강력계	Đội trọng án
강력범	Tội phạm nặng
개인소득법	Luật thuế thu nhập cá nhân
거주 법	Luật cư trú
검거하다	Bắt giữ
검문소	Trạm kiểm soát
검문하다	Kiểm soát, lục soát
검사	Kiểm tra, giám định
검찰	Kiểm sát
검찰청	Cơ quan kiểm sát
경계[국경] 분쟁	Tranh chấp ranh giới (biên giới)
경범죄	Tội phạm nhẹ

경쟁 법	Luật cạnh tranh
경제범	Tội phạm kinh tế
경찰	Cảnh sát
경찰관	Nhân viên cảnh sát
경찰대학교	Trường Đại học Cảnh sát
경찰력	Lực lượng cảnh sát
경찰서	Đồn cảnh sát
경찰청	Sở cảnh sát
경호원	Vệ sĩ
경호하다	Canh phòng, làm vệ sĩ
고등법원	Tòa án cấp trung (tòa phúc thẩm)
고문	Tra tấn
고발	Tố cáo
고소 절차	Thủ tục tố cáo, thủ tục khởi kiện
고소	Thưa kiện, khởi kiện
고소를 기각하다	Từ chối thưa kiện, bác đơn
고소를 수리하다	Thụ lý vụ kiện
고소를 취하하다	Bãi nại
고소인	Nguyên đơn
고소장	Tờ tố cáo, đơn thưa kiện
공개수배	Truy nã công khai
공공질서	Trật tự công cộng
공민권과 의무	Quyền lợi và nghĩa vụ công dân
공범	Tòng phạm

공소	Công tố
공소	Kháng án
공소시효	Thời hiệu kháng án
공익근무요원	Người hoạt động công ích
공판	Xử kiện
과태료	Tiền phạt
관세법	Luật Hải Quan
관습법	Luật bất thành văn
교도관	Nhân viên coi tù
교도소	Nhà tù
교수형	Hình phạt treo cổ
교통경찰	Cảnh sát giao thông
교통계	Phòng giao thông
교통법	Luật Giao thông
구금	Giam giữ
구류	Câu lưu, giam, bắt giữ
구속	Bắt giam
구속영장	Lệnh bắt giam
구치소	Trại tạm giam
국내법	Luật trong nước
국민투표	Quốc dân bỏ phiếu
국법	Quốc pháp
국제법	Luật Quốc tế
국제변호사	Luật sư quốc tế
국회의원선거법	Luật Bầu cử đại biểu Quốc hội

군의무법	Luật Nghĩa vụ quân sự
규정	Qui định
규칙	Qui tắc
기각	Từ chối thụ án vụ kiện
기소	Khởi tố
기업도산 법	Luật Phá sản
기업법	Luật Doanh nghiệp
깡패	Giang hồ
노동법	Luật Lao động
노동쟁의	Tranh chấp lao động
노조법	Luật Công đoàn
단서	Đầu mối vụ việc
단속하다	Kiểm tra và xử phạt
당선자	Người trúng cử
대법관	Nhân viên tòa án tối cao
대법원	Tòa án tối cao
대법원장	Chánh án tòa án tối cao
대통령령	Lệnh tổng thống
대통령선거법	Luật Bầu cử tổng thống
도굴꾼	Dân chuyên đào mộ, mộ tặc
도굴하다	Đào mộ
도덕	Đạo đức
도둑	Ăn trộm
도둑질	Trò ăn trộm
딱지	Tờ niêm phong hoặc tờ phiếu phạt

목격자	Người chứng kiến
몰수하다	Tịch thu
무기수	Tội phạm tù chung thân
무기징역	Phạt tù chung chân
무법자	Kẻ coi thường pháp luật
무역 법	Luật Thương mại
무죄	Vô tội
무질서	Vô trật tự, mất trật tự
묵비권	Quyền im lặng
문서를 검사 (조사)하다	Giám định tài liệu
미수	Có ý, cố ý
민법	Luật Dân sự
민사	Dân sự
민사소송	Tố tụng dân sự
방화범	Tội phạm phóng hỏa
방화죄	Tội phóng hỏa
배심원	Bồi thẩm viên
벌	Hình phạt
벌금	Tiền phạt
벌금형	Hình phạt bằng tiền
벌칙	Qui tắc xử phạt
범법	Phạm pháp
범법자	Kẻ phạm pháp
범법행위	Hành vi phạm pháp
범인	Phạm nhân

범죄율	Tỷ lệ phạm tội
범죄	Phạm tội
범죄자	Người phạm tội
범칙	Vi phạm nguyên tắc
범칙금	Tiền phạt
범행	Hành vi vi phạm pháp luật
법	Luật
법관	Nhân viên luật
법규	Pháp qui
법규정	Qui định của pháp luật
법령	Pháp lệnh
법령집	Tuyển tập về pháp lệnh
법률	Pháp luật
법률위반	Vi phạm pháp luật
법안	Dự thảo luật
법원	Tòa án
법전	Sách về luật
법정	Pháp đình, tòa án
법정	Pháp định, luật qui định
법조계	Xã hội của những người có liên quan đến luật
법조인	Những người làm luật
법치주의	Chủ nghĩa pháp trị
변론	Biện luận
변호사	Luật sư
변호인	Người bào chữa

보석	Tiền bảo lãnh (để được tạm tha)
보석금	Tiền bảo lãnh
복권	Khôi phục quyền lợi
부가가치법	Luật Giá trị gia tăng
부도덕	Vô đạo đức
부동산경영법	Luật Kinh doanh bất động sản
부동산등기법	Luật Đăng ký bất động sản
불량배	Nhóm tội phạm
불법	Phi pháp, vi phạm pháp luật
불심검문	Kiểm tra đột xuất
사기	Lừa đảo
사기꾼	Kẻ lừa đảo
사면	Miễn tội
사무장	Tổng thư ký
사법	Tư pháp
사법고시	Kỳ thi kiểm tra tuyển người trong ngành tư pháp
사법기관	Cơ quan tư pháp
사법부	Bộ Tư pháp
사상범	Tội phạm về tư tưởng
사형	Án tử hình
사형수	Tội phạm bị án tử hình
사형하다	Tử hình
사회법	Các luật liên quan đến xã hội

상고	Báo cáo lên cấp trên việc hoãn hoặc hủy Phúc thẩm
상법	Luật Thương mại
상소	Kháng án
석방	Tha, thả ra
선거법	Luật Bầu cử
선고	Tuyên cáo, tuyên án
세법	Luật Thuế
소년원	Bộ phận bảo vệ thanh thiếu niên trong các vụ kiện
소매치기	Móc túi
소송 비	Chi phí tố tụng
소송	Tố tụng
소송사건	Vụ kiện, vụ tố tụng
소송에 걸리다	Bị kiện
소송에 이기다	Thắng kiện
소송에 지다	Thua kiện
소송을 제기하다	Khởi kiện
소송인	Người đứng tên kiện
소송장	Đơn kiện
수감	Giam
수감자	Người bị giam
수갑	Cái còng tay
수리하다	Thụ lý
수배자	Người bị truy nã
수배하다	Truy nã
수사관	Nhân viên điều tra

수사기관	Cơ quan điều tra
수사대	Đội điều tra
수사망	Mạng lưới điều tra
수사하다	Điều tra
수색	Lục soát, khám xét
수색영장	Lệnh khám xét, lệnh lục soát
수출입법	Luật Xuất nhập khẩu
순경	Cảnh sát tuần tra
순찰대	Đội cảnh sát tuần tra
순찰차	Xe cảnh sát tuần tra
순찰하다	Tuần tra
승소	Thắng kiện
신문 법	Luật Báo chí
심리하다	Thẩm lý
심문	Thẩm vấn
심사	Thẩm tra
압수	Tịch thu
영장	Lệnh
용의자	Kẻ tình nghi
원고	Nguyên đơn
원적	Quê quán
위법	Vi phạm pháp luật
위험	Nguy hiểm
유괴	Lừa dối, dụ dỗ bắt cóc
유괴범	Tội phạm bắt cóc
유죄	Có tội

유치장	Nơi tạm giam
윤리	Luân lý
의무경찰	Cảnh sát (đi nghĩa vụ)
이감	Chuyển trại giam
이의신청	Khiếu nại, khiếu tố
이혼소송	Vụ li hôn
인권변호사	Luật sư nhân quyền
입법	Lập pháp
입찰 법	Luật Đấu thầu
입헌	Lập hiến
입헌주의	Chủ nghĩa lập hiến
자격정지	Ngừng tư cách, ngưng tư cách
자백	Tự khai
장물	Đồ ăn trộm
장물아비	Kẻ chuyên tiêu thụ đồ ăn trộm
재범	Tái phạm
재판	Xử án, xét xử
재판관	Người xử án
재판소	Nơi xử án
적법	Hợp pháp
전과자	Người có tiền án tiền sự
조례	Điều lệ
좀도둑	Trộm vặt
종신형	Án chung thân
죄	Tội

죄수	Kẻ có tội
죄수복	Áo tù
죄악	Tội ác
죄인	Tội nhân
중죄	Trọng tội
증거	Chứng cứ
증언하다	Làm chứng
증인	Người làm chứng
지방법원	Tòa án địa phương
진범	Thủ phạm
진술서	Bản tường trình
진술하다	Tường trình
진정	Tường trình
진정서	Bản tường trình
질서	Trật tự
집행유예	Tạm hoãn thi hành án
집행하다	Thi hành
징계	Trừng phạt
징계하다	Trừng phạt, kỷ luật
징역	Tù
징역살이	Đi tù
처벌	Xử phạt
처벌하다	Xử phạt
처형	Hình phạt
처형하다	Xử phạt
천벌	Trời phạt

청소년범죄	Tội phạm thanh thiếu niên
체포하다	Bắt giam
초범	Phạm tội lần đầu
출감	Ra tù
출소	Ra trại
출옥	Ra tù
치안	Trị an
탄원서	Đơn đề nghị giúp đỡ
탈옥	Trốn tù, trốn trại
탈옥수	Tội phạm trốn trại
토지법	Luật Đất đai
통계법	Luật Thống kê
퇴정	Ra khỏi tòa án
투표권	Quyền bỏ phiếu
특별사면	Ân xá đặc biệt
파출소	Đồn cảnh sát
판결	Phán quyết
판결문	Văn bản phán quyết
판사	Thẩm phán
패소	Thua kiện
폭력배	Nhóm bạo lực
피고	Bị cáo
피고인	Bị cáo
피의자	Người bị tình nghi
피해자	Người bị hại
합법	Hợp pháp

합헌	Hợp hiến
항고	Kháng cáo
항소	Kháng án
해외투자법	Luật Đầu tư nước ngoài
행정법	Luật Hành chính
행정소송	Tố tụng hành chính
행정재판	Xét xử hành chính
헌법	Hiến pháp
현행범	Tên tội phạm đang gây tội
혐의	Nghi ngờ
혐의자	Người bị tình nghi
형구	Dụng cụ để tra tấn hoặc xử phạt
형기	Thời hạn án
형무소	Nhà tù
형벌	Hình phạt
형법	Luật Hình sự
형사	Hình sự
형사소송	Tố tụng hình sự
형사소송비용	Án phí tố tụng hình sự
형사판결	Phán quyết hình sự
형장	Nơi thực thi bản án, nơi thực hiện án tử hình
호적법	Luật Hộ khẩu
훔치다	Ăn trộm
휴정	Tạm nghỉ giữa buổi xét xử
흉악범	Tội phạm hung ác

부동산, 건축

1/500 축척의 상세건축계획	Kế hoạch xây dựng chi tiết theo tỷ lệ 1/500
1급 도시	Đô thị loại một
2급 도시	Đô thị loại hai
가격	Giá cả
가격틀	Khung giá
가구	Căn hộ, đồ dùng gia đình
각급인민위원회의	Ủy ban nhân dân các cấp
각측	Các bên, các phía
감면받는다	Được miễn giảm
강제 매입	Mua bắt buộc
강제 사용	Sử dụng bắt buộc
강제로 매입되다	Được mua ép buộc
강제철거 결정	Quyết định cưỡng chế dỡ bỏ
개발 조건	Điều kiện xây dựng
개발 참가 대상	Đối tượng tham gia xây dựng
개발계획	Kế hoạch xây dựng
개발을 장려한다	Khuyến khích xây dựng phát triển
개발프로젝트	Dự án phát triển
개별시기	Thời kỳ cụ thể

개인	Cá nhân
개인단독주택	Nhà ở cá nhân biệt lập
개인소유지분	Cổ phần cá nhân sở hữu
개인에게 주택소유권 증명서를 발급한다	Cấp giấy chứng nhận quyền sở hữu nhà cho cá nhân
개조	Cải tạo
개조금지	Cấm cải tạo
거래소를 관리, 운영	Quản lý và vận hành sàn giao dịch
거래형식	Hình thức giao dịch
거주 장소	Địa điểm cư trú
거주지	Nơi cư trú
건물	Tòa nhà
건물의 수리, 개보수	Bảo trì và sửa chữa tòa nhà
건설	Xây dựng
건설공정	Công đoạn xây dựng
건설관련법의 조항들	Những điều khoản liên quan đến xây dựng
건설구역	Khu vực xây dựng
건설기준	Tiêu chuẩn xây dựng
건설바닥 면적	Diện tích sàn xây dựng
건설에 관한 법률 규정	Qui định pháp luật về xây dựng
건설에 관한 전문분야 감사	Giám sát chuyên môn về lĩnh vực xây dựng
건설일정	Lịch xây dựng

건설투자	Đầu tư xây dựng
건설투자 과정	Quá trình đầu tư xây dựng
건설품질	Chất lượng xây dựng
건설허가서	Giấy phép xây dựng
건축 계획	Kế hoạch kiến trúc
건축	Kiến trúc
건축계획 내용 공표	Bảng công bố nội dung kế hoạch xây dựng
건축구조물	Tòa nhà
건축규모	Qui mô xây dựng
건축물	Tòa nhà
건축물을 변경, 개량	Cải tạo, thay đổi tòa nhà
건축물의 공유부분	Phần sở hữu chung của tòa nhà
건축물의 구입	Cổng ra vào tòa nhà
건축안전보호구역	Khu vực bảo hộ an toàn xây dựng
게스트하우스	Nhà khách
경관	Cảnh quan
경매방식	Cách thức đấu thầu
경비	Bảo vệ
경영등록지	Nơi đăng ký kinh doanh
경영목적	Mục đích kinh doanh
경제공단	Khu công nghiệp kinh tế
경제구성원	Thành phần kinh tế
경제-사회 개발 계획	Kế hoạch phát triển xã hội - kinh tế

경제-사회 조건	Điều kiện xã hội kinh tế
경제적인	Có tính kinh tế
경제조직	Tổ chức kinh tế
계약서사본	Bản sao hợp đồng
계약서에 기재한 주택 가치	Giá trị nhà ở ghi theo hợp đồng
계약서에 기재한다	Ghi trong hợp đồng
계약서에 명기하다	Ghi rõ trong hợp đồng
계약에서 합의	Thỏa thuận trong hợp đồng
계약종료시	Khi kết thúc hợp đồng
계약체결	Ký kết hợp đồng
고소	Tố cáo
고의로 파손했다	Hư do cố ý
고층공동주택	Nhà chung cư cao tầng
공간	Không gian
공기	Thời gian thi công
공동소유	Sở hữu chung
공동소유주인 경우	Trường hợp chủ sở hữu chung
공무주택	Nhà công vụ
공법	Phương pháp thi công
공사비	Chi phí xây dựng
공사시간	Thời gian xây dựng
공업공단	Khu công nghiệp
공용공간	Không gian công dụng
공을 국가에 바친 사람	Người có công với đất nước

공익기업	Doanh nghiệp công ích
공장	Công xưởng
공정	Qui trình
공증기관의 증인	Chứng nhận của cơ quan công chứng
공증을 받은 시점부터	Từ thời điểm được công chứng
관련서류 및 도면	Tài liệu và bản vẽ liên quan
관련세금	Thuế liên quan
관련인프라시설	Cơ sở hạ tầng liên quan
관리비	Quản lý phí
관할권을 가진 국가기관	Cơ quan nhà nước có thẩm quyền
관할권을 가진 급	Cấp có thẩm quyền
교량	Cầu đường
교체	Thay thế
교환	Thay thế, chuyển đổi
구매자	Người mua
구매자를 선택할 권리	Quyền lựa chọn người mua
구체적으로 안내할 책임이 있다	Có trách nhiệm hướng dẫn cụ thể
국가기관	Cơ quan nhà nước
국가로부터 교부, 임대 받은 토지	Đất được giao, thuê của nhà nước
국가소유	Sở hữu nhà nước
국가에 대한 세금 및 재정적 의무	Nghĩa vụ tài chính và thuế đối với nhà nước

국가예산	Ngân sách nhà nước
국가유공자	Người có công với đất nước
국가의 부동산업 관리	Quản lý nhà nước về bất động sản
규정을 실현한다	Thực hiện qui định
극복	Khắc phục
근무일수 5일 시한 내	Trong vòng 5 ngày làm việc
금지된 구역	Khu vực cấm
급수시스템	Hệ thống cấp nước
기금을 조상하다	Tạo quĩ, gây quĩ
기둥	Cột
기설립된 부동산중개소	Sàn môi giới bất động sản đã thành lập
기술력	Năng lực kỹ thuật
기술인프라	Cơ sở vật chất kỹ thuật
기술장비시스템	Hệ thống thiết bị sản xuất
기증한다	Tặng, biếu
기타 유형의 주택	Nhà ở hình thức khác
긴급한 경우	Trường hợp khẩn cấp
노동력	Sức lao động
농촌	Nông thôn
농촌주민거주지역	Khu vực cư trú nông thôn
농촌지역	Khu vực nông thôn
높이	Chiều cao
다른 사람에게 권한을 위임	Ủy quyền cho người khác

다음 각 형식 중 한 형식에 따라 실현	Thực hiện theo một trong các hình thức sau đây
다층주택	Nhà ở nhiều tầng
단계 시공	Thi công theo giai đoạn
단독 주택 개발	Xây dựng nhà ở đơn lập
대규모수리	Sửa chữa qui mô lớn
대금을 모두 지불	Chi trả tất cả tiền nong
대금선납	Trả tiền trước
대여	Cho mượn
대중 통신수단	Phương tiện liên lạc đại chúng
대학교	Trường đại học
도로	Đường xá
도로구간	Khu vực làm đường
도시	Đô thị
도시건설계획	Kế hoạch xây dựng đô thị
도시계획	Qui hoạch đô thị
도시지역	Khu vực đô thị
동재하	Tải động
마루	Mái, đại sảnh
마케팅관리	Quản lý marketting
말뚝	Các cọc
매각을 하기 위해 주택 건설 투자	Đầu tư xây dựng nhà để bán
매도측	Phía bán
매매	Mua bán
매매대상	Đối tượng mua bán
매입권	Quyền mua

매입우선권	Quyền ưu tiên mua
면적	Diện tích
면적 확대	Mở rộng diện tích
면제	Miễn giảm
모델하우스	Nhà mẫu
모래말뚝	Cọc cát
몰수	Tịch thu
문화재	Di sản văn hóa
문화활동가	Nhà hoạt động văn hóa
물공급	Cung cấp nước
물공급시설	Hạ tầng cung cấp nước
미사용토지	Đất chưa sử dụng
민법상의행위능력	Năng lực hành vi về mặt dân sự
민사	Dân sự
바닥면적	Diện tích sàn
발코니	Hành lang
방화시설	Cơ sở vật chất phòng cháy
배상해야 한다	Phải bồi thường
배수	Cấp nước
배수시스템	Hệ thống cấp nước
배수효과	Hiệu quả thoát nước
배전	Cấp điện
법률 규정에 따라 실현한다	Thực hiện theo qui định của pháp luật
법률 규정에 따른 절차를 충분히 실현한다	Thực hiện đầy đủ thủ tục theo qui định pháp luật

법적 분쟁	Tranh chấp về luật
변경내용	Nội dung thay đổi
별장	Biệt thự trong vườn
병원	Bệnh viện
보강	Gia cố cho chắc
보상	Sự bồi thường
보수	Bảo trì
보장한다	Bảo đảm
보조	Bảo trợ
보증	Bảo hành
보증기간	Thời gian bảo hành
복도	Hành lang
부동산거래소	Sàn giao dịch bất động sản
부동산거래소를 설립하다	Thành lập sàn giao dịch bất động sản
부동산계약	Hợp đồng về bất động sản
부동산매매 당사자	Đương sự mua bán bất động sản
부동산서비스	Dịch vụ bất động sản
부동산업 참가범위	Phạm vi tham gia vào kinh doanh bất động sản
부동산업관련 법률	Luật liên quan đến bất động sản
부동산업대상	Đối tượng bất động sản
부동산업등록증	Giấy đăng ký ngành nghề bất động sản
부동산업종사자	Người làm nghề bất động sản

부동산업투자장려	Khuyến khích đầu tư bất động sản
부동산업활동	Hoạt động kinh doanh bất động sản
부동산에 종사하기 위한 조건	Điều kiện để làm nghề bất động sản
부동산의 종류	Chủng loại về bất động sản
부동산정보의 공표	Công bố thông tin về bất động sản
부동산중개	Môi giới bất động sản
부동산중개 자격증을 가진 사람	Người có chứng chỉ hành nghề môi giới bất động sản
부동산중개서비스	Dịch vụ môi giới bất động sản
부동산중개서비스 제공업체	Doanh nghiệp cung cấp dịch vụ môi giới bất động sản
부동산평가서비스	Dịch vụ đánh giá bất động sản
부동산평가서비스 업체	Doanh nghiệp cung cấp dịch vụ đánh giá bất động sản
부동산협회	Hiệp hội bất động sản
부지면적	Diện tích mặt đất
부지조성	San lấp tạo thành mặt bằng
부지철거	Giải tỏa mặt bằng
분리벽	Tường cách âm

분양자	Người bán nhà
분쟁	Tranh chấp
불가항력 이유	Lý do bất khả kháng
불법으로 간주됨	Được coi là bất hợp pháp
불법으로 조달된 자금	Vốn huy động bất hợp pháp
붕괴위기	Nguy cơ sụp đổ
비경제	Phi kinh tế
비상구	Cửa thoát hiểm
빈곤계층	Tầng lớp nghèo
빌라	Biệt thự
빌린사람	Người mượn
사무용건물	Tòa nhà làm văn phòng
사업부지	Đất dự án
사업수행에 필요한 자금능력	Năng lực vốn để thực hiện dự án
사업타당성 검토	Kiểm thảo tính khả thi của dự án
사용과정	Quá trình sử dụng
사용목적	Mục đích sử dụng
사용목적에 맞게	Sử dụng đúng mục đích
사용연한	Niên hạn sử dụng
사회인프라	Cơ sở hạ tầng xã hội
사회인프라공정	Công trình hạ tầng xã hội
사회정책	Chính sách xã hội
사회조직	Tổ chức xã hội
사회주택 기금	Quĩ nhà ở xã hội

사회주택	Nhà ở xã hội
산악지역	Khu vực miền núi
산업단지 개발사업	Công cuộc xây dựng phát triển khu công nghiệp
상속	Thừa kế
상업적인 목적	Mục đích thương mại
상업주택	Nhà ở thương mại
상점	Cửa tiệm
새로건설된 주택	Nhà mới xây
새로운 주택 소유주	Chủ sở hữu nhà ở mới
서류 접수기관	Cơ quan tiếp nhận hồ sơ
서류가 충분하지 않는 경우	Trường hợp giấy tờ không đầy đủ
서면 동의	Đồng ý bằng văn bản
서면으로 작성하다	Làm thành văn bản
선납대금으로서 미리 조달하다	Huy động trước bằng tiền đóng trước
선불금	Tiền trả trước
설계	Thiết kế
설계와 부합하다	Phù hợp với thiết kế
설계표준	Tiêu chuẩn thiết kế
성, 중앙직속시 인민위원회	Ủy ban nhân dân tỉnh và thành phố trực thuộc trung ương
성급 인민위원회	Ủy ban nhân dân cấp tỉnh
성급주택관리기관	Cơ quan quản lý nhà ở cấp tính
성질, 정도에 따라	Tùy theo tính chất và mức độ

세금	Thuế
세금을 면제하다	Miễn thuế
세부계획	Kế hoạch cụ thể
소득능력	Khả năng thu nhập
소득층	Tầng lớp thu nhập
소유권 증명서	Giấy chứng minh quyền sở hữu
소유권에 관해 분쟁	Tranh chấp về quyền sở hữu
소유주	Chủ sở hữu
수리 경비	Chi phí sửa chữa
수리 내용	Nội dung sửa chữa
수리	Sửa chữa
수수료	Thù lao
수요가 있는 사람	Người có nhu cầu
수익성 분석	Phân tích lời lỗ
수입금	Tiền thu nhập
슈퍼마켓	Siêu thị
승강기	Thang máy
승인받다	Được cho phép
승인받은 내용대로	Theo nội dung được cấp phép
승인을 받은 건설계획	Kế hoạch xây dựng được cấp phép
승인절차	Thủ tục cấp phép
시공	Thi công
시공단위	Đơn vị thi công

시공사	Đơn vị thi công
시공실적	Kinh nghiệm thi công
시설물 유지관리	Quản lý bảo trì cơ sở vật chất
시장	Thị trường
시장가격	Giá thị trường
시한	Thời hạn
시행효력	Hiệu lực thời hạn
신도시	Đô thị mới
신용조직	Tổ chức tín dụng
심미	Thẩm mỹ
심사결과	Kết quả thẩm tra
심사를 받다	Được thẩm tra
아파트 내부면적	Diện tích nội bộ chung cư
아파트	Chung cư
안전	An toàn
안정성	Tính ổn định
압류	Tịch thu
압수당하다	Bị tịch thu
양당사자간 합의	Thỏa thuận giữa hai bên đương sự
양도시점	Thời điểm chuyển nhượng
양도하다	Chuyển nhượng
업무개시전에	Trước khi bắt đầu công việc
에 대한 일반 규정 연락통신	Qui định chung về thông tin liên lạc
연불 매매	Mua bán trả chậm

연불	Trả chậm
연약지반	Nền đất yếu
완공서류	Giấy tờ hoàn công
완공시점	Thời điểm hoàn công
완성	Hoàn thành
외국조직	Tổ chức nước ngoài
우대 정책	Chính sách ưu đãi
우대금리	Lãi xuất ưu đãi
우선 매입권	Quyền ưu tiên mua
운영계획	Kế hoạch vận hành
운영구조	Mô hình vận hành
운영방안	Phương án vận hành
위임 받은 측	Bên được ủy quyền
위임한 측	Bên ủy quyền
위험 탈출 도로	Đường thoát hiểm
유지	Duy trì
이자율	Lãi suất
이전될 인프라시설	Cơ sở vật chất được di dời
이전시켜다	Di dời
인계	Bàn giao
인구규모	Qui mô dân số
인프라 건설	Xây dựng cơ sở hạ tầng
인프라 건설투자	Đầu tư xây dựng cơ sở hạ tầng
인프라가 갖추어진 토지	Đất có sẵn cơ sở hạ tầng
일반규정	Qui định chung

일시불	Trả một lần
임대	Cho thuê
임대가격	Giá cho thuê
임대를 목적으로	Với mục đích cho thuê
임대인	Người cho thuê
임대차계약 기간이 만료	Kết thúc thời hạn hợp đồng thuê và cho thuê
임시거주지	Địa điểm cư trú tạm
임차 수요	Nhu cầu thuê
임차	Thuê
임차료 지불	Chi trả tiền thuê
임차시한	Thời hạn thuê
임차시한이 연장	Kéo dài thời hạn thuê
임차인	Người thuê
입찰	Đấu thầu
자격증	Giấy chứng nhận hành nghề
자금력	Năng lực vốn
자금을 조달하다	Huy động vốn
자금을 확보하다	Huy động vốn
자문기관	Cơ quan tư vấn
자문단위	Đơn vị tư vấn
자본을 동원	Huy động vốn
자본차입	Mượn vốn
자선 주택	Nhà ở từ thiện
자신의 사용권에 속한 토지	Đất thuộc quyền sở hữu của mình
자연조건	Điều kiện tự nhiên

잔여 주택수량	Số lượng nhà ở còn lại
장기신용	Tín dụng dài hạn
장기신용정책	Chính sách tín dụng dài hạn
장기투자	Đầu tư dài hạn
장려	Khuyến khích
재건축	Tái xây dựng
재건축금지	Cấm tái xây dựng
재건축기간	Thời gian tái xây dựng
재교부	Tái giao (đất, hồ sơ)
재구매	Mua lại
재매각	Bán lại
재발급 신청서	Hồ sơ xin tái cấp
재발급	Tái cấp
재배치	Bố trí lại
재시공	Thi công lại
재원	Tài nguyên
재임대	Cho thuê lại
재정능력	Năng lực tài chính
재정의무를 실현한다	Thực hiện nghĩa vụ tài chính
재정적인 의무 회피	Trốn tránh nghĩa vụ tài chính
저당	Cầm cố
저소득층	Tầng lớp thu nhập thấp
적법한 서류를 충분히 접수	Tiếp nhận đầy đủ hồ sơ hợp pháp

전기	Điện
전기시설	Cơ sở vật chất về điện
전력	Điện lực
전문직업중학교	Trường trung cấp nghề
전제조건	Điều kiện tiền đề
전통적인 건축	Kiến trúc truyền thống
전형적인 설계	Thiết kế có tính điển hình
정당한 이유	Lý do phù hợp
정부수상에게 제출, 승인	Trình Thủ tướng phê duyệt
정의의 집	Nhà tình nghĩa
정의주택	Nhà ở tình nghĩa
정재하	Tải cố định
정지권	Quyền chỉ định
제외한다	Loại trừ
조직, 개인의 주택 소유	Sở hữu cá nhân, tổ chức về nhà ở
주거단지	Khu vực cư trú
주거용집	Nhà dùng để ở
주거지	Nơi cư trú
주민거주지역	Khu vực dân sự cư trú
주민배치	Bố trí dân cư
주민의 생활조건	Điều kiện sinh hoạt của người dân
주변공정	Công trình xung quanh
주변지반	Nền đất xung quanh

주변지역	Khu vực xung quanh
주차장	Bãi đỗ xe
주택 임차인	Người thuê nhà
주택 저당	Thế chấp nhà
주택 철거	Giải tỏa nhà ở
주택 철거 작업	Công việc giải tỏa nhà ở
주택 회수	Thu hồi nhà ở
주택	Nhà ở
주택강제 철거	Cưỡng chế di dời nhà ở
주택개발 계획	Kế hoạch xây dựng nhà ở
주택개발 방식	Phương thức xây dựng nhà ở
주택개발 프로젝트 승인 결정	Quyết định đồng ý dự án xây dựng nhà ở
주택개발 형식	Hình thức đầu tư nhà ở
주택개발	Xây dựng nhà ở
주택개발에 관한 일반 규정	Qui định chung về xây dựng nhà ở
주택개발프로젝트	Dự án xây dựng nhà ở
주택개조	Cải tạo nhà ở
주택건설 시공조직	Tổ chức thi công xây dựng nhà ở
주택건설 택지	Đất xây dựng nhà ở
주택건축	Kiến trúc nhà ở
주택경영 등록하다	Đăng ký kinh doanh nhà
주택기금	Quĩ nhà ở
주택기반공사부분 건설	Xây dựng phần móng công trình nhà ở

주택등급	Hạng cấp nhà ở
주택매매	Mua bán nhà ở
주택매매 가격	Giá mua bán nhà ở
주택매매 서류	Hồ sơ mua bán nhà ở
주택매입	Mua nhà
주택면적	Diện tích nhà ở
주택면적을 증가시키다	Tăng diện tích nhà ở
주택반환 수요	Nhu cầu trả lại nhà
주택발전기금	Quĩ phát triển nhà
주택보험	Bảo hiểm nhà ở
주택부동산 시장 형성	Hình thành thị trường bất động sản
주택사용	Sử dụng nhà ở
주택사용관리	Quản lý sử dụng nhà ở
주택사회화	Xã hội hóa nhà ở
주택상속에 관한 서류	Hồ sơ liên quan quyền thừa kế nhà ở
주택설계	Thiết kế nhà ở
주택설계도	Sơ đồ thiết kế nhà ở
주택설계모형	Mô hình xây dựng
주택소유	Sở hữu nhà
주택소유권 증명서 교환 발급	Cấp đổi giấy chứng nhận sở hữu nhà
주택소유권 증명서 발급 신청 서류	Hồ sơ xin cấp giấy chứng nhận sở hữu nhà
주택소유권 증명서 발급 절차	Thủ tục xin cấp giấy chứng nhận sở hữu nhà
주택소유권 증명서 재발급	Tái cấp giấy chứng nhận quyền sở hữu nhà

주택소유권 증명서	Giấy chứng nhận sở hữu nhà ở
주택소유권 증명서가 훼손되다	Giấy chứng nhận quyền sở hữu nhà bị hư hỏng
주택소유권 증명서를 받다	Nhận giấy chứng nhận quyền sở hữu nhà
주택소유권 증명서를 분실	Mất giấy chứng nhận quyền sử dụng đất
주택소유권	Quyền sở hữu nhà ở
주택소유권을 가질 수 있는 사람	Người có quyền sở hữu nhà ở
주택소유자가 바뀐 경우	Trường hợp thay đổi chủ sở hữu nhà ở
주택소유주	Chủ sở hữu nhà ở
주택소유주의 권리 의무	Quyền và nghĩa vụ của chủ sở hữu nhà ở
주택수량	Số lượng nhà ở
주택에 관한 거래	Giao dịch về nhà ở
주택에 관한 위반처리	Xử lý vi phạm về nhà ở
주택에 대한 점유	Chiếm hữu về nhà ở
주택에 부착된 자산	Tài sản gắn liền với nhà
주택을 인도	Bàn giao nhà
주택이나 건물소유권	Quyền sở hữu nhà ở hoặc tòa nhà
주택임대	Cho thuê nhà
주택임대측	Bên cho thuê nhà
주택임차계약기간 만료	Kết thúc thời gian thuê nhà ở
주택저당	Cầm cố nhà

주택품질에 관해 책임을 진다	Chịu trách nhiệm về chất lượng nhà ở
주택회수	Thu hồi nhà ở
증명하는법적문서	Giấy tờ hợp pháp chứng minh
증여	Trao tặng, hiến, biếu, cho
증여결정서류	Giấy tờ quyết định trao tặng
지내력	Sức bền, sức nén
지리적특성	Đặc tính địa lý
지반강도	Độ cứng của đất
지반의 특성	Đặc tính nền đất
지방정권	Chính quyền địa phương
지붕	Mái nhà
직능기관	Cơ quan chức năng
직업학교	Trường dạy nghề
진도	Tiến độ
진동	Rung
질서유지	Duy trì trật tự
징계처벌	Xử phạt kỷ luật
징수한다	Trưng thu, tịch thu
차액가청산	Thanh toán giá trị chênh lệch
차입자본	Vốn vay
창고	Kho
철거	Bỏ, giải tỏa
철거대상	Đối tượng giải tỏa

철거지역	Khu vực giải tỏa
청산 능력	Năng lực thanh toán
청산방식	Phương pháp thanh toán
청산시점	Thời điểm thanh toán
초연약지반	Nền đất rất yếu
총금액	Tổng số tiền
총투자비용	Tổng chi phí đầu tư
측방유동	Di chuyển ngang
층수	Số tầng
층수높이	Chiều cao số tầng
침하	Lún
타인에게 매도, 증여, 주택 교환	Trao đổi, tặng, bán cho người khác
타인임시거주허용	Cho phép người khác ở tạm
택지사용권 증명서	Giấy chứng nhận quyền sử dụng đất
택지사용주	Chủ sử dụng đất
택지약도	Bản đồ đất
토지 임차시한	Thời hạn thuê đất
토지 회수	Thu hồi đất
토지교부	Giao đất, bàn giao đất
토지기금	Quĩ đất
토지사용	Sử dụng đất
토지사용계획	Kế hoạch sử dụng đất
토지사용권 양도	Chuyển nhượng quyền sử dụng đất
토지사용권	Quyền sử dụng đất

토지사용권으로 자본출자	Góp vốn bằng quyền sử dụng đất
토지사용권의 경매	Đấu giá về quyền sử dụng đất
토지사용료	Tiền sử dụng đất
토지사용목적 변경	Thay đổi mục đích sử dụng đất
토지세금	Thuế đất
토지에 부착된 건축물	Nhà gắn liền với đất
토지에 부착된 자산	Tài sản gắn liền với đất
토지위에 인프라시설	Cơ sở hạ tầng trên đất
토지의 잔여 사용기간	Thời gian sử dụng đất còn lại
토지임대	Cho thuê đất
토지임대료	Tiền thuê sử dụng đất
토지임대료의 면제	Miễn tiền sử dụng đất
토지투자	Đầu tư đất
토지현황	Tình trạng đất
투자 증명서	Giấy chứng nhận đầu tư
투자규모	Qui mô đầu tư
투자자	Nhà đầu tư
투자주	Chủ đầu tư
투자주를 선정하다	Tuyển chọn nhà đầu tư
투자주의 자본	Vốn của nhà đầu tư
특급도시	Đô thị đặc biệt
틀	Khung (giá)
파괴되나	Bị hư hỏng
파손	Hư hỏng
판매 및 임대용 주택	Nhà bán và cho thuê

품질	Chất lượng
품질감정	Giám định chất lượng
프로젝트 승인 결정	Quyết định đồng ý dự án
프로젝트실현 결과	Kết quả thực hiện dự án
프로젝트의 세부계획	Kế hoạch chi tiết của dự án
하수시설	Cơ sở vật chất thoát nước
하이테크공단	Khu công nghệ cao
학교	Trường học
할부 매매	Mua bán trả góp
할부	Trả góp
할부지불	Trả góp
합법적 상속자	Người thừa kế hợp pháp
합작자본	Vốn liên doanh
해외거주 베트남 사람	Người Việt cư trú ở nước ngoài
현금흐름 분석	Phân tích tài chính
현급주택관리기관	Cơ quan quản lý nhà đất cấp huyện
현대적인 건축	Kiến trúc hiện đại
호텔	Khách sạn
화재 폭발예방	Phòng chống cháy nổ
화재예방	Phòng hỏa
화해서류	Hồ sơ hòa giải
환경위생	Vệ sinh môi trường
회사설립	Thành lập doanh nghiệp

생각과 감정

가다듬다	Lắp bắp, ấp úng
가련하다	Tiều tụy, đáng thương
가슴앓이	Buồn bực trong lòng
가엾다	Đáng thương, tội nghiệp
가증스럽다	Đáng ghét
가치관	Giá trị quan
각성하다	Tỉnh ra, nhận thức ra
각오하다	Giác ngộ
간주하다	Cho là như vậy, suy nghĩ là như thế
갈등	Bất hòa
갈망하다	Khát vọng
감격하다	Cảm kích
감동	Cảm động
감동적이다	Có tính cảm động
감동하다	Cảm động
감사하다	Cám ơn
감성	Cảm tính
감성지수	Chỉ số cảm tính
감수성	Tính nhạy cảm, mẫn cảm
감정	Cảm tính, tình cảm

감정	Tình cảm
감지덕지	Vô cùng cám ơn
감질나다	Thèm khát, buồn (vì đáp ứng nhỏ giọt yêu cầu)
갑갑하다	Buồn buồn
강박관념	Quan niệm, định kiến
객관성	Tính khách quan
거북하다	Khó chịu
걱정	Sự lo lắng
걱정거리	Điều lo lắng
걱정하다	Lo lắng
겁	Sự lo sợ, sự sợ hãi
겁나다	Sinh ra lo sợ
겁내다	Làm cho sợ hãi
결심하다	Quyết tâm
결정하다	Quyết định
경각심	Tính cảnh giác
경계하다	Cảnh giới, canh gác
경이롭다	Kinh dị, ngạc nhiên
경험	Kinh nghiệm, đã trải qua
고깝다	Buồn vì không được như ý muốn
고뇌	Khổ não, đau đầu về việc gì
고대하다	Trông chờ, ngóng chờ
고독하다	Cô độc
고려하다	Tính đến, tham khảo
고마워하다	Cám ơn, biết ơn

고맙다	Cám ơn
고민	Sự khó nghĩ, sinh ra mệt mỏi
고민하다	Mệt mỏi khó nghĩ
고정관념	Quan niệm cố định
곤란하다	Khó xử
골치 아프다	Đau đầu
공감대	Sự tôn kính, tôn trọng lẫn nhau
공감하다	Tôn kính, tôn trọng
공경하다	Tôn kính
공포	Sự sợ hãi
관념	Quan niệm
관심	Quan tâm
괘씸하다	Vô lễ, đáng ghét
괴로움	Sự buồn nhớ
괴로워하다	Buồn ân hận
괴롭다	Buồn nhớ
구별하다	Phân biệt
구상하다	Suy nghĩ ra, tưởng tượng ra
궁금증	Chứng băn khoăn
궁금하다	Băn khoăn
궁리하다	Đào sâu suy nghĩ, suy nghĩ kỹ
권태	Chứng chán, chứng mệt mỏi (do có thai, v.v...)
귀찮다	Chán, ngấy
그리움	Nhớ thương

그리워하다	Nhớ thương, cảm thấy tiếc
그립다	Nhớ thương, tiếc
근심	Lo lắng trong lòng
근심하다	Lo lắng
긍지	Tính tích cực
기대하다	Trông chờ, hy vọng và trông chờ
기분	Tinh thần, tâm trạng trong lòng
기분이 안좋다	Không vui
기분이 좋다	Vui vẻ
기뻐하다	Vui mừng
기쁘다	Vui mừng
기쁨	Sự vui mừng
기억	Ký ức
기억력	Trí nhớ
기억하다	Nhớ
긴장하다	Căng thẳng
까먹다	Quên mất
깜짝	Đột nhiên, bỗng nhiên
깨닫다	Tỉnh ra
꺼리다	Vương vấn trong lòng
꾀	Mưu mẹo
꿈꾸다	Mơ, nằm mơ thấy
꿍꿍이	Nỗi vương vấn trong lòng
끔찍하다	Đáng ghét, ghê tởm
나쁘다	Xấu

감정 감각 생각

난감하다	Rất khó khăn (hoàn cảnh)
난처하다	Khó xử
납득하다	Hiểu ra, hiểu được
낭만	Lãng mạn
낯설다	Lạ mặt
내키다	Ham muốn
냉정하다	Lạnh lùng, lạnh nhạt (tình cảm)
넋	Linh hồn, hồn
넌더리 나다	Cảm thấy ghét, chán
노발대발	Nổi giận đùng đùng
노심초사	Bứt rứt trong lòng, buồn, lo lắng
노여움	Sự giận dữ
노여워하다	Giận dữ
노엽다	Giận
노하다	Nổi giận
놀라다	Ngạc nhiên
놀라움	Sự ngạc nhiên
놀랍다	Ngạc nhiên
뉘우치다	Hối hận, băn khoăn
느끼다	Cảm thấy
느낌	Cảm nhận
다정하다	Nhiều tình cảm
다짐	Quyết tâm
다짐하다	Quyết tâm, lòng dặn lòng
단념하다	Dứt bỏ suy nghĩ, từ bỏ việc gì

단정하다	Quả quyết, cho là đúng
담담하다	Thanh thản
답답하다	Buồn buồn
당기다	Lôi kéo
당연하다	Đương nhiên
당황하다	Bàng hoàng, sửng sốt
대견스럽다	Hãnh diện, tự hào
독단	Độc đoán
독선	Tự suy nghĩ cho là đúng, độc đoán
동정하다	Đồng tình, cho là bất hạnh đáng thương
동하다	Trỗi dậy (suy nghĩ)
두근거리다	Hồi hộp, thình thịch (nhịp tim)
두근대다	Thình thịch
두려움	Sự e sợ
두려워하다	E sợ
두렵다	Ngại sợ
둔하다	Đần, ngốc
뒤숭숭하다	Rối rắm, rắc rối
따분하다	Chán ngấy
딱하다	Đáng thương, tội nghiệp
떨리다	Run lên
뜨끔하다	Đau đớn
마음 졸이다	Rất lo lắng, lo nấu ruột
마음	Tấm lòng

막막하다	Buồn buồn, buồn mênh mang
막연하다	Không rõ ràng (câu trả lời)
만만하다	Kiêu ngạo
만족스럽다	Thỏa mãn, hài lòng
만족하다	Thỏa mãn
망각하다	Quên mất, quên
맹세	Lời thề
맹세하다	Thề, hứa
면목	Mặt mũi, thể diện
모르다	Không biết
몰두하다	Tập trung tư tưởng, ý nghĩ
몰상식하다	Thiếu tri thức thông thường
몰지각하다	Không có tri giác
못마땅하다	Không hài lòng
무관심	Không quan tâm
무디다	Cùn, đần
무서움	Nỗi sợ hãi
무서워하다	Sợ hãi
무섭다	Sợ hãi
무시하다	Coi thường, bỏ qua, không đếm xỉa tới
무식하다	Vô thức
무심결	Trong lúc vô ý thức
무안하다	Không có mặt mũi nào, xấu hổ
무의식	Vô ý thức

무표정	Không biểu hiện ra nét mặt
묵념하다	Mặc niệm, cúi đầu yên lặng
미덥다	Không có niềm tin, không tin được
미련	Luyến tiếc, tiếc nuối
미련하다	Ngu đần, nuối tiếc
미소	Nụ cười
미안하다	Xin lỗi
미움	Sự ghét bỏ
미워하다	Ghét, không ưa
민망하다	Khó xử, ngại, xấu hổ
믿다	Tin, tin tưởng
믿음	Niềm tin
밉다	Ghét bỏ, không ưa, xấu
바라다	Mong muốn
박식하다	Uyên thâm
반가움	Sự vui mừng
반갑다	Vui mừng
반기다	Vui vẻ đón mừng
반색	Vui mừng, phấn khởi
반성하다	Nhận ra
반하다	Bị lôi kéo
배신감	Sự phản bội
벼르다	Quyết tâm
변심	Thay lòng đổi dạ
보고싶다	Nhớ

복수심	Lòng phục thù
부끄러움	Sự xấu hổ
부끄럽다	Xấu hổ
부럽다	Thèm được như thế, ghen tỵ
부르르	Bần bật (run)
분	Sự phẫn nộ
분간하다	Chia, tách
분노	Phẫn nộ
분노하다	Phẫn nộ
분별력	Khả năng phân biệt
분별하다	Phân biệt
분석하다	Phân tích
분하다	Phẫn uất, bực bội
불만	Bất mãn
불쌍하다	Đáng thương
불안	Bất an
불안하다	Bất an
불쾌감	Không vui
불쾌하다	Không vui
불평	Bất bình
불행	Bất hạnh
불행하다	Bất hạnh
비관하다	Bi quan
비애	Đau buồn, bi ai
비웃다	Cười chế nhạo
비참하다	Bi thảm

비통하다	Thống thiết
비판력	Sức phê phán
비판하다	Phê phán
비평하다	Phê bình, bình luận
비합리적이다	Không hợp lý
빌다	Cầu xin, van xin
뿌듯하다	Đầy ắp
삐치다	Uể oải, mệt mỏi
사고	Tư duy
사고력	Khả năng tư duy
사고하다	Tư duy, suy nghĩ
사랑	Tình yêu thương
사랑스럽다	Đáng yêu
사랑하다	Yêu, thương
사려 깊다	Suy nghĩ sâu sắc
사리 분별하다	Phân biệt phải trái, đúng sai
사리 판단하다	Phán đoán đúng sai, phải trái
사모하다	Thương nhớ, buồn nhớ
사무치다	Thấm sâu vào, ăn sâu vào
사색하다	Trầm tư, suy nghĩ sâu
상상력	Sức tưởng tượng
상상하다	Tưởng tượng
상식	Thường thức
상쾌하다	Sảng khoái, sung sướng
샘	Ghen ty, kỳ thị
샘내다	Nảy lòng ghen ghét, kỳ thị

생각	Sự suy nghĩ
생각하다	Suy nghĩ
서글프다	Trống trải
서글픔	Nỗi cô đơn, trống trải
서러움	Nỗi buồn và oán giận
서럽다	Buồn và oán giận
서먹서먹하다	Ngượng ngịu
서운하다	Buồn buồn, tiếc
설레다	Hồi hộp, phấp phỏng
설음	Sự hồi hộp, phấp phỏng
섭섭하다	Buồn, buồn tiếc
성가시다	Chán ngấy
성나다	Nổi giận
세계관	Thế giới quan
소감	Cảm tưởng
소름 끼치다	Nổi da gà
속다	Bị lừa gạt
속상하다	Buồn bực trong lòng
속셈	Suy tính trong đầu, tính toán trong đầu
송구스럽다	Xin lỗi, lấy làm tiếc
수줍다	E thẹn, co lại, rụt rè
수치스럽다	Xấu hổ, hổ thẹn
슬기	Trí tuệ
슬기롭다	Tài tình, tài giỏi, có trí tuệ
슬퍼하다	Buồn, đau khổ

슬프다	Đau buồn, buồn
슬픔	Nỗi buồn
습득하다	Học, thu được, nạp được
시기하다	Ghen tị, ghen tức
시름	Sự day dứt, sự băn khoăn
시샘	Sụ ghen ty
시원섭섭하다	Vừa vui vừa buồn
시큰둥하다	Hỗn láo, mất nết, vênh váo
신	Sự hứng thú, sự hay thích
신경 쓰다	Để ý tới, suy nghĩ tới
신경질	Quá mẫn cảm
신나다	Thần kỳ, hay ho, thích thú
신바람	Vui vẻ, thích thú
실감나다	Cảm nhận thấy, cảm nhận
실망하다	Thất vọng
싫다	Ghét, không thích
싫어하다	Ghét, không thích, giận
싫증나다	Sinh ra chán ghét
심란하다	Hồi hộp, lo lắng
심리	Tâm lý
심사 숙고하다	Suy nghĩ kỹ, suy nghĩ sâu sắc
심술	Thói thích khi thấy người khác phạm sai lầm, tính xấu
심심하다	Buồn buồn, trống trải
심정	Tâm tình
심통	Lòng dạ

감정 표현

쑥스럽다	E thẹn, khó nói, hổ thẹn
쓸쓸하다	Buồn buồn lành lạnh
아끼다	Tiếc, quý, biết trân trọng
아니꼽다	Không đẹp, không hay
아쉬움	Sự tiếc nuối
아쉽다	Tiếc nuối, đáng tiếc
아찔하다	Ngợp, choáng
악감정	Ác cảm
안심하다	An tâm
안타까움	Điều đáng tiếc
안타깝다	Tiếc, nuối
알다	Biết
암기하다	Học thuộc lòng
애달프다	Đáng thương
애석하다	Thương tiếc
애절하다	Buồn cháy ruột gan
애정	Ái tình
애증	Yêu thương và căm giận
애지중지하다	Rất yêu, rất quý
애처롭다	Cảm thấy thương tiếc
애타다	Cháy ruột gan
애통하다	Đau lòng
약 오르다	Nổi giận, nổi nóng
양심	Lương tâm
어리둥절하다	Đầu óc rối lên, bối rối
어림짐작하다	Ước đoán

어색하다	Ngượng ngập, ngượng ngùng
억울하다	Oan ức
억제하다	Ức chế
언짢다	Buồn bực (khi không vừa lòng)
얼	Linh hồn
얼떨떨하다	Rối rắm, rắc rối
업신여기다	Coi thường, coi khinh
여기다	Xem là, cho là
역정	Sự nổi giận
연상	Liên tưởng
연상하다	Liên tưởng
열 받다	Nổi nóng
열광	Cuồng nhiệt
열등감	Lòng tự ty
열정	Nhiệt tình
염려하다	Lo, lo lắng cho
염치	Liêm sỉ
영리하다	Lanh lợi
예견하다	Dự kiến
예측하다	Dự đoán
오기	Sự kiêu căng
오만하다	Kiêu ngạo
오열하다	Khát, khát vọng
오판하다	Đoán xét sai
오해하다	Hiểu sai, hiểu lầm

외롭다	Cô độc
외우다	Học thuộc
욕구	Nhu cầu, yêu cầu
욕망	Dục vọng
욕심	Lòng tham
용서하다	Tha thứ
우러르다	Trào lên
우려하다	Lo lắng
우울증	Chứng trầm cảm
우울하다	Trầm cảm
우월감	Ta đây, cho mình hơn người khác
운이 나쁘다	Không may
운이 좋다	May mắn
울다	Khóc
울음	Tiếng khóc
울적하다	Khó chịu
울화	Sự bực mình do khó chịu trong người
웃다	Cười
웃음	Nụ cười
원망	Oán giận
원통하다	Tức giận
원하다	Oán hận
유식하다	Có học hành
유쾌하다	Thoải mái, sảng khoái
의구심	Sự nghi ngờ

의문	Nghi vấn
의심하다	Nghi ngờ
의욕	Ý chí muốn làm việc gì đó
이성	Khác biệt về giới tính
이해하다	Hiểu
인상 깊다	Có ấn tượng sâu sắc
인상적이다	Có ấn tượng
인식하다	Nhận thức
인지하다	Nhận biết
일체감	Sự hòa đồng
잊다	Quên
자격지심	Sự tự ti
자긍심	Sự tự hào
자만심	Sự tự mãn
자부심	Sự tự phụ
자신감	Sự tự tin
자존심	Tự ái, tự tôn, tự trọng
작정하다	Có ý định, cố ý
재미	Thú vị, hay
재미없다	Không thú vị
재미있다	Có thú vị, hay
적적하다	Buồn, cô độc
절망	Tuyệt vọng
절망감	Cảm giác tuyệt vọng
정	Tình cảm
정감	Tình cảm

정겹다	Rất tình cảm
정들다	Có cảm tình
정떨어지다	Mất cảm tình
정서	Phong tục, tập quán
정신	Tinh thần
정신력	Sức mạnh tinh thần
정의감	Tính trọng tình nghĩa
정이 많다	Giàu tình cảm
정이 없다	Không có tình cảm
정하다	Trong sạch, trong sáng
조바심	Sự lo lắng, hồi hộp, bồi hồi
존경하다	Tôn kính
좋다	Thích
좋아하다	Thích
죄송하다	Xin lỗi
죄책감	Sự tự hối cải, tự hối hận, tự sám hối
주관성	Tính chủ quan
즐거움	Niềm vui
즐겁다	Vui vẻ
즐기다	Thích thú
증오	Căm giận
지겹다	Chán chường
지긋지긋하다	Kiên nhẫn, nhẫn nại
지능	Trí tuệ và tài năng
지능지수	Chỉ số thông minh
지루하다	Chán, ngán
지혜	Trí tuệ

지혜롭다	Một cách trí tuệ, thông minh
진땀 나다	Rất khó xử lý, khó xử
진심	Thật lòng, hết lòng
진절머리 나다	Bực mình, khó chịu
진정하다	Chân tình
질겁	Giật mình
질리다	Chán, ngán
질투	Ghen tuông, ghen tỵ
질투하다	Ghen
짐작하다	Đoán, dự đoán
집중력	Khả năng tập trung, sức tập trung
집중하다	Tập trung
짜증	Sự chán ngán, bực mình vì chán
짜증나다	Chán, ngán, phát ngán
짝사랑	Tình yêu đơn phương
착각하다	Hiểu lầm
창의력	Khả năng sáng tạo, óc sáng tạo
창피하다	Xấu hổ
책임감	Tinh thần trách nhiệm
처량하다	Thê lương, buồn thảm
처절하다	Triệt để
철들다	Trở nên chững chạc, người lớn
체념	Suy nghĩ sâu
초조하다	Hồi hộp

추론	Sự suy luận
추론하다	Suy luận
추리	Suy lý
추억	Ký ức
추정	Phán đoán
추측	Đoán, dự đoán
측은하다	Tội nghiệp, đáng thương
침울하다	Trầm uất
쾌감	Khoái cảm
탐나다	Tham lam
탐내다	Sinh lòng tham
판단	Phán đoán
판단력	Khả năng phán đoán
편안하다	Thoải mái
편하다	Thoải mái
평가하다	Đánh giá
평온하다	Trầm tĩnh, tĩnh mịch
표현하다	Thể hiện
학습하다	Học tập
한	Sự oán giận, hận
합리적	Tính hợp lý
해박하다	Mờ mịt, mông lung
행복하다	Hạnh phúc
허무하다	Hư vô
허영심	Tính ưa (thích) hư vinh, tính hám danh hão
허전하다	Trống trải
혐오감	Sự căm giận

혐오스럽다	Căm giận, đáng ghét
호감	Cảm tình tốt
호기심	Sự tò mò
혼동하다	Lẫn lộn
홀가분하다	Trở nên nhẹ nhàng
화	Cơn giận
화가 나다	Tức giận
화나다	Nổi giận
화내다	Làm cho nổi giận
화목하다	Hòa mục, hòa thuận
환호하다	Hoan hô
황당하다	Hoảng hốt, sửng sốt
회상하다	Hồi tưởng
후련하다	Trở nên thoải mái, nhẹ nhõm (trong suy nghĩ)
후회	Hối hận
흐뭇하다	Thỏa mãn, hài lòng
흡족하다	Thỏa mãn, hài lòng
흥	Hứng thú
흥겹다	Hứng thú, thú vị
흥미	Sự hứng thú
흥미롭다	Thú vị
흥분하다	Hưng phấn
희로애락	Hỷ nộ ái lạc
희망	Hy vọng

성과 결혼

간음	Gian dâm
간통	Thông dâm
강간	Cưỡng dâm
결혼	Lập gia đình
결혼기념일	Ngày kỷ niệm kết hôn
결혼반지	Nhẫn kết hôn
결혼식	Lễ kết hôn
궁합	Cung hợp
금실	Chỉ vàng, sợi tơ hồng
기혼자	Người đã lập gia đình
난자	Trứng
낳다	Đẻ, sinh đẻ
노처녀	Phụ nữ già chưa chồng
노총각	Đàn ông già chưa vợ
동성	Đồng tính
동침하다	Cùng ngủ với nhau
득남하다	Sinh con trai
득녀하다	Sinh con gái
맞선	Giới thiệu, coi mặt, ra mắt
매춘	Mại dâm
몸풀다	Sinh đẻ

미혼	Chưa lập gia đình
바람 피우다	Ngoại tình
배우자	Bạn đời
부부생활	Sinh hoạt vợ chồng
부부싸움	Vợ chồng cãi nhau
분가	Sống riêng
분만하다	Sinh đẻ
사랑하다	Yêu thương
사정하다	Phóng tinh
생리	Sinh lý
생식	Sinh con
성	Giới tính
성교하다	Quan hệ tình dục
성생활	Sinh hoạt tình dục
성폭력	Cưỡng dâm, hiếp dâm
성희롱	Quấy rối tình dục
수정	Thụ tinh
순결	Trinh nguyên
순산	Sinh đẻ thuận lợi
숫처녀	Trinh nữ
숫총각	Trai tân
시댁	Nhà chồng
시집	Lấy chồng
신랑	Tân nương, chú rể
신방	Phòng tân hôn
신부	Cô dâu

신혼	Tân hôn
신혼부부	Vợ chồng tân hôn
신혼여행	Du lịch tân hôn
애정	Ái tình, tình cảm
약혼	Hứa hôn, đính hôn
약혼녀	Phụ nữ đã đính hôn
약혼반지	Nhẫn đính hôn
약혼식	Lễ đính hôn
연애하다	Yêu đương
예물	Lễ vật
웨딩드레스	Áo cưới
음경	Dương vật
이성	Khác giới tính
이혼	Ly hôn
인공분만	Sinh đẻ nhân tạo
인공수정	Thụ tinh nhân tạo
일부다처제	Chế độ một chồng nhiều vợ
일부일처제	Chế độ một vợ một chồng
일처다부제	Chế độ một vợ nhiều chồng
임산부	Sản phụ
임신	Có mang
임신하다	Có thai, có mang
입덧	Nghén
잉꼬부부	Vợ chồng rất yêu thương nhau
잉태	Có mang

자궁	Tử cung
자연분만	Sinh tự nhiên
장가가다	Lấy vợ
재혼	Tái hôn
전통혼례	Hôn lễ truyền thống
정자	Tinh trùng
주례	Chủ lễ
중매	Môi giới
중매결혼	Hôn nhân do môi giới
중매쟁이	Người làm mai
중성	Chỉ người đồng tính
짝사랑	Yêu đơn phương
창녀	Gái điếm
처가살이	Cuộc sống ở nhờ nhà vợ
처녀	Thiếu nữ
첫날밤	Đêm tân hôn
첫사랑	Mối tình đầu
청첩장	Thiệp mời
청혼하다	Cầu hôn
체위	Sức mạnh
초혼	Kết hôn lần đầu
총각	Thanh niên
축의금	Tiền chúc mừng
출산	Đẻ, sinh
키스	Nụ hôn
태기	Thai kỳ, tuổi của thai nhi

태아	Bào thai, thai nhi
탯줄	Dây rốn
폐백	Lễ dâng lễ vật và lạy cha mẹ chồng
포옹하다	Ôm
피로연	Tiệc vui, tiệc mừng (kết hôn, sinh)
피임	Tránh thai
피임약	Thuốc tránh thai
하객	Khách mừng
함	Cái hộp
해산	Sinh, đẻ
혼담	Nói chuyện hôn nhân
혼례	Hôn lễ
혼수	Hôn thú
혼인	Hôn nhân
혼인신고	Đăng ký hôn nhân

쇼핑

가게	Cửa hàng
가격	Giá cả
가격을 내리다	Giảm giá
가격을 물다	Hỏi giá
가격을 올리다	Tăng giá
가정용품	Đồ dùng trong nhà
값	Giá tiền
고정가격	Giá cố định
공예품	Đồ mỹ nghệ
구두	Giày da
금	Vàng
기념품	Quà lưu niệm
꽃가게	Cửa hàng hoa
내복	Áo quần mặc bên trong
냉장고	Tủ lạnh
담배	Thuốc lá
도자기	Đồ gốm
동	Đồng
라이타	Bật lửa
립스틱	Son
매점	Căn tin
맥주	Bia

모자	Mũ
목걸이	Dây chuyền
물건	Hàng hóa
물건을 교환하다	Đổi hàng
물건을 구입하다	Mua hàng
물건을 사다	Mua hàng
바지	Quần
반바지	Quần lửng
반지	Nhẫn
반팔	Áo ngắn tay
백화점	Siêu thị
비누	Xà phòng
비옷	Áo mưa
빵가게	Cửa hàng bánh
상점	Hiệu buôn bán
선물	Quà
세일	Giảm giá
세탁기	Máy giặt
속옷	Đồ lót, áo lót
손수건	Khăn mùi soa, khăn tay
쇠	Sắt
수건	Khăn mặt
술	Rượu
스타킹	Tất da phụ nữ
시계	Đồng hồ
시장	Chợ
시장에 가다	Đi chợ
신발	Dép

씨디	Đĩa CD
안경	Kinh đeo mắt
안주	Đồ nhắm (rượu)
양말	Tất
양복	Comple
옷	Áo
외투	Áo khoác
우산	Cái ô, cái dù
운동화	Giày thể thao
원단	Vải cuộn
은	Bạc
음료수	Nước giải khát
작업복	Áo bảo hộ lao động
잠옷	Áo ngủ
잡화점	Cửa hàng bách hóa
전구	Bóng điện tròn
전자제품	Đồ điện tử
청바지	Quần bò
축구화	Giày đá bóng
치약	Kem đánh răng
칫솔	Bàn chải đánh răng
카메라	Máy ảnh
테이프	Băng nhạc
특산물	Đặc sản
팬티	Quần lót
필름	Phim chụp ảnh
향수	Nước hoa

시간과 날씨

가끔	Thỉnh thoảng
가다	Đi
가을	Mùa Thu
간격	Khoảng cách, cách quãng
간혹	Thỉnh thoảng, đôi khi
갑자기	Đột nhiên, bất thình lình
갓	Tươi, mới
개천절	Ngày Quốc khánh
개화기	Mùa hoa nở
겨를	Thì giờ nhàn rỗi, một kẽ hở (trong thời gian)
겨울	Mùa đông
격일	Cách nhật, cách ngày
결혼기념일	Ngày kỉ niệm kết hôn
경축일	Ngày lễ hội
계속	Liên tiếp, liên tục
계절	Mùa
고대	Cổ đại
곡우	Cốc vũ
곧장	Đi thẳng
공휴일	Ngày nghỉ lễ

과거	Quá khứ
광복절	Ngày lễ quốc khánh
구월	Tháng 9
구정	Tết âm lịch
국경일	Ngày lễ quốc gia
그때	Khi đó, lúc đó
그믐날	Ngày cuối tháng (âm lịch)
그저께	Ngày hôm kia
근대	Thời cận đại
근세	Thời cận đại
글피	Ngày mốt kia
금년	Năm nay
금방	Vừa mới, vừa tức thời
금세	Ngay lập tức, tức thì
금요일	Thứ sáu
급하다	Gấp, vội
기간	Thời gian, thời hạn
기념일	Ngày kỉ niệm
기원전	Trước công nguyên
기일	Ngày giỗ
기한	Thời kì, thời hạn, nhiệm kỳ
긴급하다	Tình trạng khẩn cấp, trường hợp khẩn cấp
김장철	Mùa muối kim chi
꼭두새벽	Tảng sáng, rạng đông, bình minh

나날이	Ngày qua ngày, từ ngày này qua ngày khác
나중	Sau đó, phần cuối, sự kết thúc
나흘	Bốn ngày, hoặc ngày mồng bốn
날마다	Mỗi ngày
날짜	Ngày tháng
낮	Ban ngày
내내	Suốt, từ đầu đến cuối
내년	Năm sau
내달	Tháng tới
내일	Ngày mai
내후년	Năm kia, ba năm sau
네시 오분전	Bốn giờ kém năm
년	Năm
년대	Niên đại
년도	Năm (kế toán,...)
느리다	Chậm
늘	Luôn luôn, mãi mãi, thường thường
늦다	Trễ
다달이	Hàng tháng, mỗi tháng
다섯시전에	Trước năm giờ
다음	Sau đó
다음달	Tháng sau
다음주	Tuần sau
단기	Một kì hạn ngắn

단숨에	Một hơi, một mạch, hết hơi, hết sức
단시일	Thời gian ngắn
단오	Đoan ngọ
단초	Ban đầu
달	Tháng
달력	Lịch, niên lịch, niên giám
닷새	Năm ngày, ngày thứ năm trong tháng
당대	Đương đại
당시	Thời kì đó, thời đó, khi ấy
당일	Ngày đó, ngày được chọn, ngày chỉ định
당장	Ngay tức khắc, lập tức
대보름	Rằm
대서	Đại thử
대설	Cơn bão tuyết
더디다	Trì trệ, ù lì, chậm chạp, lề mề
동시	Đồng thời
동안	Trong suốt (khoảng thời gian)
두시 십이분	Hai tiếng mười hai phút
두시간후	Hai tiếng đồng hồ sau
뒤	Sau
때때로	Có những lúc, đôi lúc, thỉnh thoảng
뜸하다	Tạm lắng, dịu bớt, yếu bớt
마지막	Cuối cùng

마침	Ngay khi đó, đúng lúc đó
막간	Lúc tạm nghỉ, lúc dừng, tạm dừng
말미	Sự kết thúc, phần cuối
매년	Mỗi năm
먼저	Trước tiên
며칠	Mấy ngày, ngày mấy
몇	Mấy
모레	Ngày mốt
목요일	Thứ năm
무렵	Khoảng, chừng
미래	Tương lai
미리	Trước, trước đó
바뀌다	Đổi
반나절	Một phần tư ngày, nửa buổi
반세기	Nửa thế kỉ
밤	Ban đêm
방금	Vừa mới
백일	Một trăm ngày
번번이	Mỗi lần, mỗi dịp, mỗi khi, luôn luôn, hễ lúc nào
벌써	Đã, rồi, còn nữa, và lại, hơn nữa
보름	Nửa tháng, ngày rằm
봄	Mùa xuân
분	Phút

분기	Quí
빈번하다	Liên tiếp
빠르다	Nhanh chóng
사계절	Bốn mùa
사월	Tháng 4
사이	Khoảng cách
사흘	Ba ngày, ngày thứ ba trong tháng
삼십 분	Ba mươi phút
삼월	Tháng 3
삽시간	Trong chớp mắt, trong chốc lát, trong giây lát
상순	Thượng tuần
새벽	Sáng sớm, rạng đông
생일	Sinh nhật
선사시대	Thời kì tiền sử
설날	Ngày tết
세기	Thế kỉ
세월	Thời gian, năm tháng
소만	Tiểu mãn
소설	Tiểu thuyết
수요일	Thứ tư
순간	Phút chốc, chốc lát
스승의 날	Ngày nhà giáo
시	Thời gian, thời điểm, giờ
시간	Thời gian
시대	Thời đại
시월	Tháng 10

시일	Thời gian, giờ giấc, ngày giờ
시점	Thời điểm, lúc
식목일	Ngày hội trồng cây mùa xuân
신년	Năm mới, ngày tết, ngày đầu năm
신정	Năm mới (dương lịch)
십이월	Tháng 12
십일월	Tháng 11
아까	Vừa tức thì, mới hồi nãy
아직	Vẫn chưa
아침	Buổi sáng
아흐레	Ngày thứ 9, chín ngày
앞서	Đã... rồi, trước đây, ngày trước
애초	Lần đầu, lúc bắt đầu
야간	Ban đêm
양력	Dương lịch
어린이날	Ngày lễ thiếu nhi
어제	Hôm qua
언제나	Bất cứ khi nào
얼른	Nhanh
여름	Mùa hè
여섯시	Sáu giờ
여태	Hồi này, dạo này
연	Năm
연간	Năm, trong năm
연대	Kỷ nguyên, thời kì, thời đại, giai đoạn

연중	Một năm trọn, nguyên năm, suốt năm
열두시 오분전	Mười hai giờ kém năm
열시십분	Mười hai giờ mười phút
열흘	Mười ngày
옛날	Ngày xưa
오늘	Hôm nay
오월	Tháng 5
오일	Ngày mồng năm
오전	Buổi sáng
오후	Chiều
온종일	Cả ngày trời
올해	Năm nay
왕왕	Thỉnh thoảng, đôi khi, đôi lúc
요새	Dạo này, hồi này
요일	Ngày trong tuần, thứ
요즘	Dạo này
우수	Ưu tú, xuất sắc, ưu việt
월	Tháng
월요일	Thứ hai
유월	Tháng 6
윤년	Năm nhuận
윤달	Tháng nhuận
음력	Âm lịch
이내	Trong vòng, không quá
이따가	Tí nữa, lát nữa
이때	Ngay lúc này, ngay bây giờ

이르다	Đến, tới nơi, xảy đến
이미	Trước, đã... rồi
이번	Lần này
이번달	Tháng này
이번주	Tuần này
이십오일	Ngày hai mươi lăm
이월	Tháng 2
이틀	Hai ngày
일	Ngày
일간	Hằng ngày
일곱시반	Bảy giờ rưỡi
일요일	Chủ nhật
일월	Tháng 1
임박하다	Gấp rút, đến gần...
입동	Lập đông, bắt đầu mùa đông
자꾸	Liên tục, không ngừng
자주	Thường xuyên
작년	Năm ngoái
잠깐	Một chút, chốc lát
잠시	Một lát, một chút nữa
장래	Tương lai, trong tương lai
잦다	Thường, hay xảy ra
저녁	Buổi tối
저번	Lần đó, lần trước
전	Kém
절기	Tiết (trong năm)

점심	Trưa
정각	Đúng, chính xác (lúc mấy giờ)
정오	Chính ngọ, giữa trưa, chính trưa
정월	Tháng giêng
정초	Mười ngày đầu tháng giêng, thượng tuần tháng giêng
제삿날	Ngày giỗ
종일	Cả ngày, suốt ngày
주	Tuần
주간	Hằng tuần, mỗi tuần
주말	Cuối tuần
주일	Ngày thứ nhất trong tuần
주중	Trong tuần
줄곧	Không ngớt, liên miên, suốt
중세	Trung cổ
즉시	Liền, tức thì, ngay lập tức
지금	Bây giờ
지나다	Trải qua, trôi qua
지난달	Tháng trước
지난주	Tuần trước
짧다	Ngắn ngủi
처음	Lần đầu tiên
천천히	Từ từ
초	Giây
초순	Mười ngày đầu tháng
초하루	Ngày đầu tháng

촉박하다	Cấp bách, tình trạng khẩn cấp
최종	Lần cuối, lần sau cùng
최후	Cuối cùng, sau cùng
추석	Ngày tết trung thu
칠월	Tháng 7
태양력	Dương lịch
태음력	Âm lịch
태초	Thời khai thiên lập địa, thời nguyên thủy
토요일	Thứ bảy
팔월	Tháng 8
하루 종일	Suốt cả ngày
하오	Buổi chiều
한동안	Trong một khoảng thời gian
한시간	Một tiếng đồng hồ
한참	Một lúc lâu, một hồi
항상	Thường xuyên, luôn luôn
해	Năm, mặt trời
현재	Hiện tại
휴일	Ngày nghỉ
흉년	Năm mất mùa, năm đói kém
흐르다	Chảy ra, tuôn ra, chảy xuống

연료와 에너지

가스	Ga
가스레인지	Bếp ga
가열하다	Tăng nhiệt
건전지	Pin, ắc-qui
경유	Xăng
고체연료	Nhiên liệu rắn
굴뚝	Ống khói
기름	Dầu, mỡ
끄다	Tắt
난로	Cái lò
난방	Phòng có sưởi ấm
누전	Rò, rỉ điện
도시가스	Ga đô thị
동력	Động lực
등유	Dầu đèn
때다	Đốt lửa lên
라이터	Bật lửa ga
물	Nước
물레방아	Cái chày nước, cối nước
바람	Gió
발전	Phát điện

발전기	Máy phát điện
방사	Phóng xạ
방사능물질	Chất phóng xạ
방전	Chống phóng điện
방화	Chống hỏa, cứu hỏa
방화사	Cát cứu hỏa
방화수	Vòi nước cứu hỏa
벽난로	Cái bếp
변압기	Máy biến áp
보일러	Nồi hơi
부탄가스	Ga butan
불	Lửa
불길	Lửa, ngọn lửa
불꽃	Ngọn lửa
불씨	Cục lửa, mồi lửa
석유	Dầu lửa
석탄	Than củi
성냥	Diêm
소화	Cứu hỏa
소화기	Bình cứu hỏa
소화전	Vòi nước cứu hỏa
수력	Thủy
숯	Than củi
아궁이	Cái lò, cửa lò (đun)
알코올	Chất cồn
알코올램프	Đèn cồn

에너지	Năng lượng
엘엔지	Ga thiên nhiên hóa lỏng LNG
엘피지	Ga hóa thạch LPG
연료	Nhiên liệu
연소	Cháy
연탄	Than tổ ong
열	Nhiệt
열량	Nhiệt lượng
열효율	Hiệu năng nhiệt
온돌	Phòng sưởi bằng nều (HQ)
원동력	Động lực
원유	Dầu thô
원자력	Năng lượng nguyên tử
원자로	Lò nguyên tử
자기력	Sức hút từ tính
자력	Sức hút
장작	Củi
장작개비	Thanh củi
재생에너지	Năng lượng tái sinh
전기	Điện
전동기	Máy chạy bằng điện
전력	Điện lực
전류	Điện lưu
전열기	Máy điện nhiệt
전지	Pin

점화	Đốt, khai hỏa
주유소	Cửa hàng xăng dầu
지피다	Đốt (củi)
진화	Dập lửa
천연가스	Ga thiên nhiên
충전기	Cái nạp điện
충전하다	Nạp điện
켜다	Bật
태양에너지	Năng lượng mặt trời
태양열	Nhiệt mặt trời
태양열발전	Phát điện từ nhiệt mặt trời
폭발물	Chất nổ
폭발하다	Nổ
풍력	Sức gió
합선	Chập điện
핵	Hạt nhân
화덕	Lò than đá
화력	Hỏa lực
화로	Lò bằng đất nung
화재	Hỏa hoạn
휘발유	Dầu
힘	Sức mạnh, năng lượng

운동

내용

감독	Huấn luyện viên
개구리헤엄	Bơi ếch
개인전	Đấu cá nhân
개헤엄	Bơi chó
검	Kiếm
검도	Kiếm đạo
겨루다	Đấu với nhau
격투기	Trận đấu ác liệt
경기하다	Thi đấu
경기규칙	Qui tắc thi đấu
경기장	Sân đấu, sân vận động
경보	Cảnh báo, còi báo động
경주하다	Chạy dài, chạy vòng tròn
곤봉	Cây côn, cây gậy
골대	Khung thành
골프	Môn gôn
공	Quả bóng
공격수	Tiền đạo
공던지기	Ném bóng
과녁	Bia, đích
관람하다	Xem, tham quan

구기종목	Hạng mục thi đấu (các loại bóng)
국가대표선수	Vận động viên đội tuyển quốc gia
국민체조	Thể thao nhân dân
권투	Quyền anh
권투장갑	Bao găng quyền anh
기계체조	Thể dục máy
기권	Nghỉ thi đấu
농구	Bóng rổ
높이뛰기	Nhảy cao
다이빙	Nhào lộn
단체전	Trận đấu tập thể
달리기	Chạy
당구	Bida
대표선수	Vận động viên tiêu biểu
럭비	Môn rubi
레슬링	Vật
리듬체조	Thể dục nhịp điệu
마라톤	Maratông
맨손체조	Thể dục tay không
멀리뛰기	Nhảy xa
무술	Võ thuật
무승부	Hòa
물안경	Kính đeo dưới nước
미식축구	Bóng đá kiểu Mỹ
반칙	Phạm luật
방어	Phòng ngự

배구	Bóng rổ
배드민턴	Cầu lông
배영	Bơi ngửa
번지점프	Nhảy từ trên cao xuống
볼링	Bôling
비기다	Hòa, huề (trong thi đấu)
빙상경기	Thi đấu trên băng
사격	Bắn súng
사이클	Xe đạp
선발하다	Tuyển chọn
선수	Vận động viên
선수교체	Thay đổi vận động viên
선수권	Giải vô địch
선수단	Đoàn vận động viên
선수촌	Làng vận động viên
세단뛰기	Nhảy ba bước
수비수	Hậu vệ
수상스키	Trượt nước, lướt ván nước
수영	Bơi
수영모자	Mũ bơi
수영복	Áo quần bơi
수중발레	Múa nước
스키	Trượt tuyết
스포츠	Thể thao
승리하다	Thắng
승마	Cưỡi ngựa
승부	Thắng thua, được thua

승패	Thắng thua, được thua
시합	Thi đấu
실내체육관	Nhà thi đấu có mái che
심판	Trọng tài
씨름	Vật
아시안게임	Đại hội thể thao châu Á
안마	Mát xa
야구	Bóng chày
야구공	Quả bóng chày
양궁	Bắn cung
에어로빅	Erobíc
역도	Cử tạ
올림픽	Olympic
요가	Yôga
우승	Thắng
운동기구	Dụng cụ thể dục
운동복	Quần áo thể thao
운동부	Khoa thể dục
운동선수	Vận động viên thể thao
운동신경	Tố chất thể thao
운동장	Sân vận động
운동종목	Môn thể thao
운동하다	Vận động
운동화	Giày thể thao
원반	Đĩa
원반던지기	Ném đĩa
원정경기	Trận đấu trên sân khách

월계관	Vòng nguyệt quế
월드컵축구	Giải vô địch bóng đá thế giới
윗몸 일으키기	Gập bụng
유도	Juđô
육상경기	Môn thi đấu điền kinh
응원가	Cổ động viên
응원단	Đoàn cổ động viên
이기다	Thắng
이어달리기	Chạy tiếp sức
자유형	Bơi tự do
자전거	Xe đạp
장대높이뛰기	Nhảy sào
전지훈련	Tập huấn
접영	Bơi bướm
정구	Tennis
주전선수	Vận động viên trụ cột
준비운동	Khởi động
줄	Dây
줄넘기	Nhảy qua dây
지다	Thua
창	Cây thương, cây lao
창던지기	Ném lao
천하장사	Thiên hạ vô địch, tráng sĩ thiên hạ
철봉	Thiết bổng, cây gậy sắt
체력단련	Huấn luyện thể lực
총	Súng

축구	Bóng đá
출전선수	Vận động viên thi đấu
출전하다	Thi đấu
카누	Canô
코치	Huấn luyện viên
쿵푸	Kungfu
탁구	Bóng bàn
탁구공	Quả bóng bàn
태권도	Tekwondo
테니스	Tennis
투수	Người ném bóng (trong bóng chày)
판정승	Thắng theo quyết định trọng tài
판정하다	Phán quyết
팔굽혀펴기	Chống đẩy
패하다	Thua, bại trận
펜싱	Đấu kiếm
평영	Bơi sải
핸드볼	Bóng ném
헤엄	Bơi
혼영	Bơi hỗn hợp
화살	Mũi tên
활	Tên
후보선수	Vận động viên dự bị
훈련	Huấn luyện

의생활

가루비누	Xà bông bột
가면	Mặt nạ
가발	Tóc giả
가방	Túi xách
가위	Cái kéo
가죽	Da
가죽장갑	Bao tay da
갈아입다	Thay (quần áo)
감다	Quấn, cuộn
감치다	May, vá, khâu
갑옷	Áo giáp
갓	Mũ tre
개량한복	Áo Hàn phục cải tiến
거울	Cái gương
건조기	Máy sấy
걷다	Bước đi
걸다	Treo, mắc
걸치다	Được treo, mắc
걸옷	Áo khoác ngoài
고름	Mủ
고무신	Giày, dép (cao su)

고무장갑	Găng tay
교복	Đồng phục ở trường
구두	Giày
구두약	Xi đánh giày
구둣솔	Cái giẻ đánh giày
구명조끼	Áo phao
구슬	Viên ngọc
군복	Quân phục
권투장갑	Găng tay quyền anh
귀고리	Khuyên tai, vòng tai
귀금속	Kim loại quí
금관	Vương miện
기성복	Áo quần may sẵn
기초화장	Trang điểm nền
깁다	Khâu, may, đắp lên
꽂다	Cắm hoa
꽃신	Giày thêu hoa
꾸미다	Trang điểm
꿰매다	Khâu, vá
끄르다	Mở ra, tháo ra
끼다	Kẹp vào, cặp vào, xen vào
나막신	Guốc gỗ
나비넥타이	Cái nơ bướm
남방셔츠	Áo sơ mi mùa hè
남성복	Áo quần nam
내다	Trả (tiền), đưa ra

내복	Nội y, áo lót
내의	Nội y
널다	Phơi (nắng)
넥타이	Cái nơ, cái cà vạt
넥타이핀	Ghim cà vạt
늘리다	Kéo dài ra, tăng lên
다듬다	Mân mê
다리다	Là quần áo
다림질	Việc là quần áo
단	Cột, bó
단장하다	Trang điểm
단정하다	Đoan chính
단추	Cái cúc, cái cột
단춧구멍	Cái khuy áo
두르다	Vây quanh
드라이클리닝	Giặt khô
드레스	Váy
등산모자	Mũ leo núi
등산화	Giày leo núi
땀	Mồ hôi
뜨개질	Đan
뜨개질하다	Đan
뜨다	Nổi lên
마	Củ mài
마사지	Mát xa
말리다	Sấy khô, làm cho khô

망건	Cái khăn xếp, vòng khăn xếp đội đầu
망토	Áo măng tô
맞다	Đúng, vừa
맞추다	Đặt may (áo quần)
맞춤복	Quần áo may sẵn
매다	Cột, trói, buộc
매듭	Cái nút
매만지다	Vuốt, làm cho đẹp
머리 끈	Dây cột tóc
머리띠	Dây cột tóc
머리핀	Cái nơ tóc
멋	Vẻ đẹp
멜빵	Dây quàng vai, dây đeo vào người
면	Bông
면바지	Quần bông
면장갑	Găng tay bông
명주	Tơ
모자	Cái mũ
모직	Sợi
모직바지	Quần sợi
모피	Da lông
모피코트	Áo lông
목걸이	Dây chuyền cổ
목도리	Khăn quàng cổ
무늬	Mẫu, khuôn, viền, hoa văn

무대화장	Trang trí sân khấu
묶다	Cột, buộc
문신	Xăm
물들이다	Nhuộm
미용실/ 미장원	Tiệm trang điểm
바느질	May vá
바늘	Cái kim
바지	Cái quần
박다	Đóng
반바지	Quần lửng
반지	Cái nhẫn
발가벗다	Cởi trần truồng
방한복	Áo chống lạnh
방한화	Giày chống lạnh
버선	Giày truyền thống Hàn Quốc
벌	Bộ, đôi (giày dép)
벗다	Cởi
베레모	Mũ pêrê
벨트	Cái đai, cái thắt lưng
복장	Áo quần, ăn mặc
분장	Hóa trang, trang điểm
브래지어	Áo ngực
비누	Xà bông
비단	Lụa
비옷	Áo mưa
빗	Cái lược

빗다	Chải (đầu)
빨다	Giặt
빨래	Việc giặt giũ
빨래건조대	Cái dây phơi
빨래방	Tiệm giặt đồ, phòng giặt quần áo
빨래비누	Xà bông giặt
빨래집게	Cái kẹp quần áo
빨래터	Nơi giặt quần áo
빨래하다	Giặt giũ
빨랫감	Quần áo để giặt
빨랫줄	Dây phơi
뿌리다	Tưới
상복	Thường phục hoặc áo tang
상의	Áo khoác
색실	Chỉ màu
색안경	Kính màu
색조화장	Trang điểm màu mè
생머리	Tóc để tự nhiên
섬유	Dệt
세련되다	Điệu đà, tỉ mỉ, chu đáo trau chuốt
세제	Chất tẩy
세탁	Giặt giũ
세탁기	Máy giặt
세탁소	Cửa hàng giặt quần áo
셔츠	Sơ mi

소매	Bán lẻ
속바지	Quần lót
속옷	Áo lót
속치마	Xi líp
손가방	Túi xách tay
손거울	Gương tay
손목시계	Đồng hồ đeo tay
손수건	Khăn mùi soa, khăn tay
솜	Bông
솜 바지	Quần bông
수놓다	Thêu
수수하다	Thuần khiết
수영복	Quần áo bơi
수의	Áo tù nhân
숙녀복	Áo thiếu nữ
숙녀화	Giày thiếu nữ
스웨터	Cái khăn
스커트	Váy
스타킹	Tất dài, vớ dài
슬리퍼	Dép lê
승마복	Quần áo cưỡi ngựa
신다	Đi, lồng
신발	Giày dép
신사복	Complê
실내복	Quần áo mặc trong nhà
실내화	Giày, dép đi trong nhà

실밥	Chỉ vụn
실크	Tơ, lụa
쓰다	Dùng
아동복	Áo quần trẻ con
아랫도리	Cái khố
안경	Kính đeo mắt
안전모	Mũ bảo hộ
앞치마	Cái tạp dề
양말	Vớ, tất
양복	Complê
양복점	Tiệm may complê
양품점	Cửa hàng bán hàng nhập khẩu
어울리다	Phù hợp
얼룩	Vết bẩn
여성복	Áo quần nữ
염색	Nhuộm màu
염색 약	Thuốc nhuộm
염색하다	Nhuộm
영양크림	Kem dưỡng da
예복	Áo lễ
옷	Áo
옷 가게	Cửa hàng áo quần
옷감	Vải
옷걸이	Cái móc áo
옷장	Tủ đựng quần áo
옷차림	Ăn mặc

옷핀	Cái pin cài áo
와이셔츠	Sơmi
왕관	Mũ vua
외출복	Áo quần mặc đi ra ngoài
외투	Áo ngoài
우비	Áo mưa
운동복	Quần áo thể thao
운동화	Giày thể thao
원단	Vải
원피스	Áo liền váy
월계관	Vòng nguyệt quế
웨딩드레스	Váy cưới
유아 복	Áo quần trẻ con
의류	Quần áo
의복	Quần áo, y phục
의상	Áo quần
이발소	Tiệm cắt tóc
이발하다	Cắt tóc
임부복	Áo quần bầu
입다	Mặc
자수	Thêu
작업복	Áo quần làm việc
잠옷	Áo ngủ
장갑	Găng tay
장화	Ủng
재다	Đo

재봉	May
정장	Lễ phục, comlê
조끼	Áo ghi nê
주름	Nếp nhăn
주름 가다	Bị nhăn
주름치마	Váy vải nhăn
주머니	Cái túi
줄이다	Giảm, rút
지갑	Ví, bóp
지퍼	Cái dây kéo
직물	Dệt
짚신	Giày bằng rơm
짜다	Đan
착용하다	Đeo
채우다	Treo
천	Vải bố
청바지	Quần jean
체육복	Quần áo thể dục
촌스럽다	Quê mùa
치마	Váy
켤레	Đôi
코트	Áo khoác
탈색	Bay màu
탈수하다	Thoát nước
탈의실	Phòng thay quần áo
털모자	Mũ lông
털신	Giày lông

털옷	Áo lông
털장갑	Khăn tay lông
티셔츠	Áo phông
파마머리	Tóc uốn
파마하다	Uốn tóc
팔찌	Vòng tay
패션	Thời trang
팬티	Xilíp, quần lót
펴다	Mở ra
평상복	Áo quần thường
표백제	Chất tẩy trắng
풀다	Mở ra
피부관리	Quản lý da
피부미용	Chăm sóc da
한복	Hàn phục
핸드백	Túi xách tay
향수	Nước hoa
허리띠	Thắt lưng
헹구다	Tráng, súc miệng
호주머니	Cái túi quần
화려하다	Hoa lệ, lộng lẫy
화장	Hóa trang
화장대	Bàn hóa trang
화장술	Cách trang điểm
화장지	Giấy vệ sinh
화장품	Mỹ phẩm
화장하다	Trang điểm

공항-입국

갈아타다	Trung chuyển, đổi xe tàu
거주자	Người cư trú
거주증	Thẻ cư trú
거주증명서	Giấy chứng nhận cư trú
거주지	Nơi sống
공항	Sân bay
공항세관	Hải quan sân bay
국내에 6개월 이상거주한 외국인	Người nước ngoài cư trú trong nước trên 6 tháng
입국신고서	Tờ khai nhập cảnh
기내	Trong máy bay
무비자 입국	Nhập cảnh không cần visa
불법입국	Nhập cảnh lậu
비자	Visa
비자를 발급하다	Phát cấp visa
비자를 신청하다	Xin visa
비자를 얻다	Lấy visa
비자를 연장하다	Gia hạn visa
비자연장	Gia hạn visa
비자종류	Loại visa
비행경로	Đường bay

비행고도	Độ cao bay
비행기	Máy bay
비행기로 가다	Đi bằng máy bay
비행기를 타다	Lên máy bay
비행속도	Tốc độ bay
세관 신고	Khai báo hải quan
승무원	Tiếp viên
안전벨트	Dây an toàn
여권	Hộ chiếu
이륙하다	Cất cánh
입국	Nhập cảnh
입국거절	Từ chối nhập cảnh
입국경로	Con đường nhập cảnh
입국관리국	Cục quản lý nhập cảnh
입국금지	Cấm nhập cảnh
입국날짜	Ngày nhập cảnh
입국비자	Visia nhập cảnh
입국사증	Visa nhập cảnh
입국사증 면제 협정	Hiệp định miễn visa nhập cảnh
입국사증	Visa nhập cảnh
입국수속	Thủ tục nhập cảnh
입국신고서	Tờ khai nhập cảnh
입국심사	Thẩm tra nhập cảnh
입국을 거절하다	Từ chối nhập cảnh
입국자 명단	Danh sách khách nhập cảnh
입국절차	Thủ tục nhập cảnh

장거리비행	Chuyến bay đường đi
재 입국	Tái nhập cảnh.
조종사	Phi công
좌석	Chỗ ngồi
짐	Hành lý
짐을 찾다	Tìm hành lý
착륙하다	Hạ cánh
체류기간	Thời gian cư trú
체류목적	Mục đích cư trú
출국기록카드	Tờ khai xuất cảnh
출국	Xuất cảnh
출국금지	Cấm xuất cảnh
출국수속 [절차]	Thủ tục xuất cảnh
출국신고서	Tờ khai xuất cảnh
출국하다	Xuất cảnh
출국허가 [서]	Giấy phép xuất cảnh
탑승권	Thẻ lên máy bay
탑승하다	Lên máy bay
항공사	Hãng hàng không
비행취소	Hủy chuyến bay
환전하다	Đổi tiền
임시거주증	Thẻ cư trú
입국목적	Mục đích nhập cảnh
임시거주증	Thẻ tạm trú
국내연락처	Nơi liên lạc trong nước

정보와 통신

게시판	Bảng thông báo, bảng hiệu
게시한다	Thông báo
고지하다	Báo cho biết
공고하다	Công báo
공중전화	Điện thoại công cộng
광고지	Tờ quảng cáo
광섬유	Sợi cáp quang
광통신	Thông tin bằng cáp quang
교통정보	Thông tin về giao thông
구축하다	Xây dựng
국가기밀	Bí mật quốc gia
국제우편	Bưu phẩm quốc tế
국제전화	Điện thoại quốc tế
군사우편	Hòm thư quân sự
규격봉투	Bao thư qui chuẩn
그림엽서	Bưu thiếp có hình
기밀	Bí mật
기지국	Trạm thu phát sóng
누설하다	Rò rỉ, lộ ra
뉴스	Bản tin
대화방	Phòng đối thoại

도청하다	Nghe trộm
두절	Cắt, ngưng
등기우편	Bưu phẩm bảo đảm
디스켓	Đĩa
라디오	Rađiô
마우스	Con chuột
무선전화기	Điện thoại vô tuyến
무선호출기	Máy nhắn tin vô tuyến
무전기	Máy bộ đàm
방송망	Mạng phát sóng
방송하다	Phát sóng
보도	Đưa tin
보통우편	Bưu phẩm thường
본체	Thân máy (máy bay, tàu thủy)
봉인	Dán chì, niêm phong
비밀	Bí mật
비상연락망	Đường dây nóng (hotline)
빠른 우편	Bưu phẩm nhanh
산업정보	Thông tin về công nghiệp
생방송	Truyền hình trực tiếp
생중계	Truyền hình trực tiếp
소식	Tin tức
소식불통	Không có tin tức gì
소식지	Bản tin, tờ tin
소통	Thông hiểu
소포	Bưu phẩm

소프트웨어	Phần mềm
속보	Tốc báo, thông báo khẩn
송금	Gửi tiền
수화기	Máy nghe
시내전화	Điện thoại nội hạt
시외전화	Điện thoại ngoại tỉnh
안내인	Người hướng dẫn
안내하다	Hướng dẫn
알리다	Cho biết
연락	Liên lạc
연락두절	Cắt đứt liên lạc
연락망	Mạng liên lạc
연하장	Thiệp mừng năm mới
엽서	Bưu thiếp
우체통	Thùng thư
우편물	Bưu phẩm
우편번호	Mã số bưu phẩm
우편함	Thùng thư, hòm thư
우표	Tem
위성방송	Phát sóng qua vệ tinh
위성중계	Truyền hình vệ tinh
유선방송	Phát thanh hữu tuyến
이 메일	Email, thư điện tử
이동통신	Thông tin di động
인공위성	Vệ tinh nhân tạo
인터넷	Internet
일간지	Báo ra hằng ngày

입력	Nhập lệnh
잡지	Tạp chí
장거리전화	Điện thoại đường dài
전보	Điện báo
전송	Truyền, tải, đưa
전자우편	Email
전파	Sóng điện
전화국	Trạm điện thoại
전화기	Máy điện thoại
전화번호	Số điện thoại
전화카드	Thẻ điện thoại
접선	Tiếp xúc, nối
접속	Tiếp xúc
정보검색	Tìm kiếm thông tin
정보과학	Khoa học thông tin
정보교환	Trao đổi thông tin
정보기관	Cơ quan thông tin
정보망	Mạng thông tin
정보사회	Xã hội thông tin
정보산업	Ngành công nghiệp thông tin
정보수집	Thu thập thông tin
정보원	Điệp báo viên
정보처리	Xử lý thông tin
정보통신부	Bộ Thông tin truyền thông
정보화	Thông tin hóa
중계방송	Truyền hình qua đài khác

채널	Kênh
첩보	Điệp báo
첩보망	Mạng điệp báo
첩보원	Điệp báo viên
축전	Điện mừng
출력	In ra, lấy dữ liệu ra
컴퓨터	Máy tính
통신	Thông tin
통신시설	Thiết bị thông tin
통신원	Thông tấn viên
통신위성	Thông tin vệ tinh
통신판매	Bán thông tin
통화하다	Nói chuyện điện thoại
특보	Đặc san, thông tin đặc biệt
특종	Loại đặc biệt
팩스	Fax
팩시밀리	Fax
편지	Thư
프린터	Máy in
피시통신	Thông tin máy tính cá nhân
하드웨어	Phần cứng
항공우편	Thư hàng không
호출기	Máy nhắn tin
휴대전화	Điện thoại cầm tay
휴대폰	Điện thoại cầm tay

증권

52주최고가	Giá cao nhất trong 52 tuần
가격[주가]변동준비금	Phí dự trữ dao động (giá cổ phiếu)
가격결정일	Ngày định giá
가격결정회의	Cuộc họp định giá
가격대별 거래량	Lượng giao dịch theo giá niêm yết
가격우선의 원칙	Nguyên tắc ưu tiên giá
가격지정주문	Đặt theo giá chỉ định
간접금융	Tín dụng gián tiếp
감사위원회	Ban kiểm soát
감소	Giảm
강세	Thế đang đi lên
강제정리	Thanh lý cưỡng chế
개별경쟁매매	Giao dịch cạnh tranh cá biệt
개인주주	Cổ đông cá nhân
객장	Sàn giao dịch
갭	Khoảng cách, sự khác biệt
거래날짜	Ngày giao dịch

거래대금	Khối lượng giao dịch, số tiền giao dịch
거래대금	Giá trị giao dịch
거래량	Lượng giao dịch
거래번	Số lần giao dịch
거래소	Sàn giao dịch
거래수	Số giao dịch
거시적 분석	Phân tích vĩ mô
결제	Quyết toán
경기예측	Dự báo kinh tế
경기정책	Chính sách kinh tế
경영분석	Phân tích kinh doanh
고가	Giá cao
계좌	Tài khoản
계좌개설 및 거래	Mở tài khoản và giao dịch
계좌번호	Số tài khoản
고가	Giá trần
고객의 계좌정보	Tiền chuẩn bị trả lại cho khách
고객예탁금	Tiền gửi của khách hàng
고객의 계좌정보	Thông tin về tài khoản khách hàng
고정부채	Nợ cố định
고정비	Chi phí cố định
공개매수	Mua công khai
공개법인	Pháp nhân công khai

공개시장조작	Điều khiển thị trường công khai
공모발행	Công bố bán ra
공모증자	Thông báo tăng vốn
관리대상종목	Danh mục đối tượng quản lý
구주	Cổ đông cũ
국가위험도	Độ nguy hiểm của từng nước
국내투자자	Nhà đầu tư trong nước
국제유동성	Tính linh động quốc tế
글로벌 트레이딩	Thương mại quốc tế
기명주식	Cổ phiếu có ghi tên
기본적 분석	Phân tích cơ bản
기술적 분석	Phân tích kỹ thuật
납입자본금	Tiền nhập vào
내부요인	Các yếu tố nội tại
단기 채권	Trái phiếu ngắn hạn
단기매매전략	Chiến lược mua bán ngắn hạn
단기채	Trái phiếu ngắn hạn
당일결제거래	Quyết toán trong ngày
대량매매	Mua bán khối lượng lớn
대주주	Cổ đông chi phối
데이 트레이딩	Giao dịch hằng ngày
등락주선	Đường tăng giảm
단위	Đơn vị
로그인	Đăng nhập
매입	Mua

매입거래	Giá mua, giao dịch mua vào
매입수량	Tổng số lượng mua
매출액	Doanh thu
무기명 주식	Cổ phiếu không ghi tên
무액면 주식	Cổ phiếu không ghi giá trị bề mặt
물타기	Lướt sóng
반등	Tăng ngược trở lại
반락	Rớt ngược trở lại
발행가액	Giá phát hành
발행공고일	Ngày công bố phát hành
배당금	Cổ tức
배당소득	Thu nhập lợi tức
버블현상	Hiện tượng bong bóng
보통거래	Giao dịch thông thường
보통주	Cổ phiếu phổ thông
보통주	Cổ phiếu thường
봉쇄	Phong tỏa
부채	Nợ
분석	Phân tích
불공정거래	Giao dịch không chính đáng, không công bằng
붕락	Phá vỡ
브로커	Môi giới (broker)
블루 칩	Cổ phiếu blue (blue chips)
비밀번호	Số bí mật
비상장주	Cổ phiếu chưa lên sàn

사업보고서	Báo cáo kinh doanh
산업분석	Phân tích ngành
상승주수	Số lượng cổ phiếu tăng giá
상장	Lên sàn
상장유가증권	Chứng khoán có giá lên sàn
상장자본금	Tiền vốn đã lên sàn
상장주식	Cổ phiếu đã lên sàn
상장총수량	Tổng khối lượng niêm yết
상장컬선팅	Tư vấn niêm yết
상장폐지	Hủy lên sàn
상장회사	Công ty đã lên sàn
상환	Mua lại
상환주	Cổ phiếu mua lại
성장주	Cổ phiếu tăng trưởng
성장지수	Chỉ số tăng trưởng
세계시장	Thị trường thế giới
소득공제	Trừ thu nhập
소액주주	Cổ đông nhỏ
소유자본	Vốn chủ sở hữu
소폭왕래	Biến động biên độ nhỏ
속등세	Tăng liên tục
수수료	Phí giao dịch
수익증권	Chứng khoán thụ hưởng
시가	Giá mở cửa
시가주의	Nguyên tắc theo giá thị trường

시세조작	Điều chỉnh giá cả
시장분석	Phân tích thị trường
신고가	Mức trần mới
신용거래	Giao dịch tín dụng
신탁	Tín thác
안전성	Tính ổn định
약세	Thế yếu
온라인거래	Giao dịch trực tuyến
옵션	Quyền mua
옵션가격	Giá quyền mua
옵션거래	Giao dịch quyền mua
외부요인	Yếu tố bên ngoài
우량주	Cổ phiếu nóng
우선주	Cổ phiếu ưu đãi
위탁매매	Mua bán ủy thác
위탁수수료	Phí ủy thác
유상증자	Tăng vốn bằng cách phát hành thêm
유통시장	Thị trường lưu thông
유행주수	Số cổ phiếu lưu hành
유형	Loại
자금시장	Thị trường vốn
자기매매	Tự doanh (dealing)
자기자본	Vốn tự doanh
자사주	Cổ phiếu quỹ
자산가치	Giá trị tài sản

자산재평가	Tái định giá tài sản
장기채권	Trái phiếu dài hạn
장외시장	Thị trường chợ đen (ngoài sàn)
저가	Giá thấp
저가주	Cổ phiếu giá thấp
저항선	Mức kháng cự
정관자본	Vốn điều lệ
정상시장	Thị trường thông thường
종가	Giá đóng cửa, giá kết thúc
종목	Danh mục
종합주가지수	Chỉ số giá cổ phiếu tổng hợp
주가	Giá cổ phiếu
주가 지수	Chỉ số thị trường chứng khoán
주가의 등락	Sự biến động giá cổ phiếu
주당순이익	Lợi nhuận trên mỗi cổ phiếu (EPS)
주식배당	Cổ tức
주소	Địa chỉ
주수	Số lượng cổ phiếu
주식	Cổ phiếu
주식선택	Lựa chọn cổ phiếu
주식코드	Mã cổ phiếu
주주	Cổ đông
주주명부	Danh sách cổ đông
증가	Tăng
증권거래등록	Đăng kí giao dịch chứng khoán
증권거래소	Sở giao dịch chứng khoán

증권거래소	Trung tâm giao dịch chứng khoán
증권발생컬선팅	Tư vấn phát hành chứng khoán
증권보관	Lưu ký chứng khoán
증권분석	Phân tích chứng khoán
증권시장의 역사	Lịch sử thị trường chứng khoán
증권중계	Môi giới chứng khoán
증권코드	Mã chứng khoán
증권코드	Mã chứng khoán
증권투자컬선팅	Tư vấn đầu tư chứng khoán
증권회사명	Tên công ty chứng khoán
지지선	Mức hỗ trợ
참조가격	Giá tham chiếu
채권	Trái phiếu
천정	Trần
최고가	Giá cao nhất
최저가	Giá thấp nhất
캐쉬플로우	Đồng tiền
투자안내	Hướng dẫn đầu tư
투자자주소	Địa chỉ nhà đầu tư
파생금융상품	Sản phẩm tín dụng phát sinh
판매	Bán
판매가격	Giá bán ra
판매주문수	Số lượng cổ phiếu bán
펀드	Quĩ

포트폴리오	Danh mục đầu tư
하락주수	Số lượng cổ phiếu giảm giá
하향가	Giá sàn
합병	Sát nhập
현재가	Giá hiện tại
휴장	Nghỉ giao dịch
OTC 거래가격표	Bảng giao dịch cổ phiếu OTC
OTC/IPO 시장정보	Thông tin thị trường OTC

취미

가족사진	Ảnh gia đình
결혼사진	Ảnh cưới
공원	Công viên
관광 단지	Khu du lịch
관광 코스	Tua du lịch
관광	Tham quan, du lịch
관광객	Khách du lịch
관광객을 유치하다	Thu hút khách du lịch
관광공원	Công viên du lịch
관광국가	Nước du lịch
관광단	Đoàn du lịch
관광도시	Thành phố du lịch
관광명소	Danh lam thắng cảnh
관광버스	Xe búyt du lịch
관광비	Chi phí đi du lịch
관광사업	Ngành du lịch
관광시설	Cơ sở vật chất du lịch
관광안내소	Điểm hướng dẫn du lịch
관광안내원	Nhân viên hướng dẫn du lịch
관광업	Ngành du lịch
관광열차	Tàu du lịch

관광유람선	Thuyền du lịch
관광지	Địa điểm du lịch, địa điểm tham quan
관광지	Nơi tham quan du lịch
관광지도	Bản đồ du lịch
관광호텔	Khách sạn du lịch
구치 터널	Địa đạo Củ Chi
국립공원	Công viên quốc gia, vườn quốc gia
국토순례	Chuyến đi xuyên đất nước
기차여행	Du lịch tàu hỏa
꽃꽂이	Cắm hoa
나들이	Khách du lịch, đi ra ngoài
낚다	Câu (cá)
낚시	Trò câu cá
낚시꾼	Người đi câu cá
낚시바늘	Lưỡi câu
낚시질	Trò câu cá, câu cá
낚시터	Nơi câu, bãi câu
낚시하다	Câu cá
낚싯대	Cần câu cá
낚싯줄	Dây câu
노자	Lộ phí
단체사진	Ảnh tập thể
도보여행	Du lịch đường bộ
독립궁	Dinh Độc lập
독사진	Ảnh chụp một mình

독서	Đọc sách
돌 사진	Ảnh thôi nôi
동물원	Sở thú
동호회	Hội, hè
등산가	Người leo núi
등산객	Khách leo núi
등산모	Mũ leo núi
등산복	Áo quần leo núi
등산양말	Vớ leo núi, tất leo núi
등산장비	Thiết bị leo núi
등산하다	Leo núi
등산화	Giày leo núi
등정	Lên đến đỉnh núi
떡밥	Mồi câu
메아리	Tiếng vọng
무전여행	Đi du lịch không mất tiền
문화관광부	Bộ Văn hóa - Du lịch
물고기	Cá
미끼	Mồi câu
민물낚시	Câu cá nước ngọt
바다	Biển
바다낚시	Câu cá biển
바둑	Cờ vây
바둑알	Con cờ vây
바둑판	Bàn cờ vây
밤낚시	Câu đêm

배낭여행	Đi du lịch ba lô
백일사진	Ảnh chụp được 100 ngày
벚꽃놀이	Lễ hội hoa anh đào
빙벽타기	Leo núi băng
사진기	Máy ảnh
사진기자	Phóng viên ảnh
사진술	Nghệ thuật chụp ảnh
사진예술	Nghệ thuật ảnh
사진작가	Tác giả ảnh
사진작품	Tác phẩm ảnh
사진첩	Bộ sưu tầm ảnh
사진틀	Khung ảnh
산울림	Tiếng vọng trong núi
소풍	Pích ních
숙박	Trú ngụ, trọ
숙박료	Tiền khách sạn
시내관광	Tham quan nội thành
야경을 보다	Ngắm cảnh ban đêm
여객	Lữ khách
여권	Hộ chiếu
여권사진	Ảnh hộ chiếu
여비	Chi phí du lịch
여행	Du lịch
여행 비	Chi phí du lịch
여행객	Khách du lịch
여행계획	Kế hoạch du lịch

여행기	Nhật ký du lịch
여행사	Công ty du lịch
여행자보험	Bảo hiểm người đi du lịch
여행자수표	Séc cho người đi du lịch
역광	Ánh sáng ngược
연극	Kịch
예술사진	Ảnh nghệ thuật
왕궁	Cung vua
외국인관광객	Khách du lịch nước ngoài
유람하다	Du lãm
인물사진	Ảnh nhân vật
인화지	Giấy phóng ảnh
인화하다	Phóng ảnh
입질하다	Cắn câu, cắn mồi
작품사진	Ảnh tác phẩm
장기	Cờ tướng
장기판	Bàn cờ tướng
전쟁박물관	Viện bảo tàng chiến tranh
즉석사진	Ảnh lấy ngay
증명사진	Ảnh chứng minh
찍다	Chụp ảnh
촬영하다	Quay phim, chụp ảnh (nói chung)
취미생활	Sở thích sinh hoạt
칼라사진	Ảnh màu
필름	Phim
해수욕장	Bãi tắm biển

해외관광	Du lịch nước ngoài
해외여행	Du lịch nước ngoài
확대사진	Ảnh phóng to
휴양지	Nơi nghỉ dưỡng
흑백사진	Ảnh đen trắng

환경

3종분리기	Máy tách 3 thân
가스저장조	Bình chứa ga
가연성	Tính dễ cháy
건조처리	Xử lý khô
계근	Đo trọng lượng
공공재활용기반시설	Thiết bị cơ bản tái sử dụng công cộng
공해방지시설	Thiết bị kiểm soát sự ô nhiễm
구축	Xây dựng
기반시설	Máy móc chủ yếu, nền tảng
냉난방	Điều hòa nhiệt độ
대형폐기물	Chất thải rắn (loại lớn)
매립	Chôn
매립시설	Thiết bị chôn
매립장	Bãi chôn rác
매립지역	Khu vực trong bãi rác
메탄발효장치	Thiết bị tạo ra khí mê tan
물질	Vật chất
반입차량	Xe thu gom rác
배가스처리	Xử lý gas thải

배관하다	Đặt ống dẫn (nước, v.v...)
복토	Phục hồi đất
부지제공	Cấp đất xây
분해되다	Phân hủy, hòa tan
사업예산편성	Chi phí dự án, dự thảo
생물학	Sinh vật học
생물학적처리시설	Thiết bị xử lý bằng vi sinh vật
분해성	Tính phân hủy, tính phân giải
생활폐기	Chất thải sinh hoạt
선별시설	Thiết bị phân loại
선별하다	Phân loại
설치	Xây dựng, lắp đặt
소각 시설	Lò đốt rác
소각 잔재물	Tro sau khi đốt rác
소각공정	Công đoạn đốt
소각장	Nơi đốt (rác thải,...)
소득세	Thuế thu nhập
소음처리	Xử lý tiếng ồn
수거처리	Thu gom xử lý
수도 회사	Công ty Cấp nước
사업비	Chi phí dự án
취수원	Nguồn nước
정수장	Nhà máy lọc nước
지하수	Nước ngầm
우물	Giếng nước
조건부 차관	Vốn cho vay có điều kiện

유상	Có hoàn lại
무상	Không hoàn lại
상환기간	Thời gian hoàn lại vốn
수탁시간	Thời gian ủy thác
슬러지	Cặn bã
쓰레기종량제	Thu rác theo trọng lượng
악취처리	Xử lý mùi hôi
압축기	Máy ép
업무범위	Phạm vi vông việc
에너지	Năng lượng
여열	Nhiệt dư
타당성 조사	Nghiên cứu tiền khả thi
설계	Thiết kế
시공	Thi công
감리	Giám sát
컨설팅	Tư vấn
생활용구	Nước dùng cho sinh hoạt
산업용수	Nước dùng cho công nghiệp
관소	Đường ống
채널	Kênh
자금	Vốn
자금 동원	Huy động vốn
사업부지	Đất dự án
음식물	Rác thải thực phẩm
음식물자원화	Tái sử dụng rác thải thực phẩm
일복토	Phục hồi đất giai đoạn đầu

자동선별방법	Phương pháp phân loại tự động
자력선별기	Máy phân loại từ tính
자원재생공사법	Luật tái sinh tài nguyên
재활용	Tái sử dụng
재활용가능자원	Tài nguyên có thể tái sử dụng
저장	Dự trữ
정량분석	Phân tích định lượng
중간복토	Phục hồi đất giai đoạn giữa
진동처리	Xử lý rung
처리시설	Thiết bị xử lý
첨가제	Chất hóa học
최종복토	Phục hồi đất giai đoạn cuối
최종처리	Xử lý lần cuối
타당성 조사	Nghiên cứu khả thi
탈황기	Máy khử lưu huỳnh
토양	Thổ nhưỡng
파쇄선별시설	Thiết bị phân loại chất thải
폐유리병	Dầu thải
폐기물	Nước thải
폐기물관리체계	Hệ thống xử lý nước thải
폐기물시설	Thiết bị xử lý nước thải
폐비닐	Nhựa thải
폐비닐	Bao nilông đựng chất thải
폐비닐처리공장	Xưởng xử lý bao nilông
플라스틱	Nhựa

하차하다	Xuống hàng, hạ hàng xuống
환경부	Bộ Môi trường
환경자원공사	Sở Tài nguyên môi trường
환경자원공사법	Luật Thi công tài nguyên môi trường
회수하다	Thu hồi
MBT시설	Thiết bị MBT
정화조	Bể tự hoại, bể tự lọc

도로와 교통

3 륜람부레타	Xe lam 3 bánh
가로등	Đèn đường
가로수	Cây trồng bên đường
가마	Cái kiệu
가속	Gia tốc
갈아타다	Đổi xe
갑판	Boong tàu, sàn tàu
갑판장	Boong tàu
개항	Khai cảng
객실	Phòng khách
거마비	Phí giao thông, tiền vé
거북선	Tàu "con rùa biển"
건너가다	Băng qua, đi qua
건널목	Lối đi ngang qua đường ray xe lửa
걷다	Đi bộ
견인차	Máy kéo, xe nâng
경사진 길	Đường dốc
경비선	Tuần tra trên biển
경찰차	Xe cảnh sát
고가도로	Đường cao tốc

고깃배	Tàu đánh cá
고속도로	Đường cao tốc
고속버스	Xe bus cao tốc
고장	Hư hỏng
공항	Sân bay
과속	Quá tốc độ
관광버스	Xe bus du lịch
관제탑	Tháp điều khiển (sân bay)
관통하다	Thông suốt
교차점	Giao lộ
교통	Giao thông
교통경찰	Cảnh sát giao thông
교통국	Sở Giao thông
교통법규	Quy định giao thông
교통비	Phí giao thông
교통사고	Tai nạn giao thông
교통수단	Phương tiện giao thông
교통신호	Tín hiệu giao thông
교통 신호	Đèn giao thông
교통에 위반하다	Vi phạm giao thoâng
교통지도	Bản đồ giao thông
교통질서	Trật tự giao thông
교통체증	Tắc nghẽn giao thông
교통표지판	Biển báo giao thông
구급차	Xe cấp cứu
구명보트	Thuyền cứu nạn

구명정	Tàu cứu nạn
국도	Quốc lộ
군용기	Máy bay quân sự
굽은 길	Đường gấp khúc
기차	Xe lửa
기차길	Đường sắt
기관사	Thợ máy, kỹ sư
기관차	Đầu máy (xe lửa)
기구	Đồ dùng, dụng cụ
기장	Cơ trưởng
기차표	Vé xe lửa
길을 비키다	Tránh đường
길을 잃다	Lạc đường
길이 막히다	Tắc đường
나루	Phà
나루터	Bến đò, bến phà
나룻배	Chiếc phà
나침반	La bàn
낙하산	Cái dù nhảy
낚싯배	Tàu câu cá
날다	Bay
내리다	Đi xuống
노	Mái chèo
다리	Cây cầu
달리다	Chạy
닻	Cái mỏ neo

대로	Đại lộ
대합실	Phòng đợi
도로	Đường
도로교통	Giao thông đi lại
돌다	Quay vòng
돛단배	Tàu (chạy bằng) buồm
뒤	Sau
등대	Đèn biển, hải đăng
뗏목	Cái bè (bằng gỗ, tre)
똑바로 가다	Đi thẳng
곧장 가다	Đi thẳng
레일	Đường ray
로터리	Vòng xoay, bùng binh
리무진	Xe cao cấp
마차	Xe ngựa
마을버스	Xe bus nội thành, xe bus làng
마중	Đón (ai đó)
막히다	Bị kẹt (xe)
막힌 길	Ngõ cụt, đường bị tắc
맞은 편	Phía đối diện
멈추다	Dừng
모퉁이	Góc đường
무개차	Xe mui trần
미끄러운 길	Đường trơn trượt
바지선	Sà lan, phà
바퀴	Bánh xe

밖	Bên ngoài
배	Tàu thủy, thuyền đò
배웅	Ra tiễn, tiễn
배표	Vé tàu
뱃사공	Thủy thủ, người lái đò
버스	Xe buýt (bus)
버스 터미널	Bến xe
버스카드	Thẻ đi xe buýt
병목현상	Hiện tượng thắt cổ chai
보도	Đường dành cho người đi bộ, via hè
보트	Tàu, thuyền
복잡하다	Phức tạp
부두	Bến đỗ của tàu
불법주차	Đậu xe trái phép
불자동차	Xe chữa cháy
비행기길	Đường hàng không
비행기	Máy bay
비행기표	Vé máy bay
비행장	Sân bay
비행하다	Bay
사고	Sự cố
사공	Người lái đò
삼거리	Ngã ba
사거리	Ngã tư
상선	Thuyền buôn, tàu buôn

선로	Đường tàu hỏa, xe lửa, luồng thuyền đi
선박	Thuyền lớn, tàu lớn
선실	Khoang tàu, khoang
선장	Thuyền trưởng
선착장	Bến tàu
선창	Kho trên tàu
소방차	Xe chữa lửa
속도	Tốc độ
속도측정기	Máy bắn tốc độ
속력	Tốc lực
손수레	Xe kéo tay
수레	Xe đẩy
수로	Đường thủy
수송기	Máy bay vận tải
순경	Cảnh sát giao thông
스튜어드	Tiếp viên nam
스튜어디스	Tiếp viên nữ
승객	Hành khách
승무원	Tiếp viên hàng không
승선하다	Lên tàu (thuyền)
승용차	Xe con, ôtô
승차	Đi tàu, đi xe hơi
승차권	Vé đi tàu
승하차	Lên xuống xe
시크로	Xe xích lô
시내버스	Xe bus nội thành

시외버스	Xe bus ngoại thành
신작로	Con đường mới làm
신호등	Đèn giao thông
아래	Bên dưới
안	Bên trong
안전	An toàn
안전띠	Dây an toàn
안전하다	An toàn
앞	Trước
어선	Tàu đánh cá
여객	Hành khách
여객기	Máy bay dân dụng
여객선	Tàu chở khách
역	Ga, trạm
연락선	Đường dây liên lạc
열차	Xe lửa
옆	Bên cạnh
예매하다	Đặt (vé)
오솔길	Con đường nhỏ
오토바이	Xe máy
오르다	Lên
오른쪽으로 가다	Rẽ phải
왕래하다	Đi tới đi lui
왼쪽으로 가다	Rẽ trái
요트	Du thuyền
우편차	Xe thư

우등고속버스	Xe bus cao tốc hạng ưu
우주선	Con tàu vũ trụ
우회전	Quay sang phải
운전기사	Tài xe
운전하다	Lái xe
운반	Vận chuyển, chuyên chở
운반비	Phí vận chuyển
운반선	Tàu vận chuyển
운송	Vận chuyển
운송비	Phí vận chuyển
운송수단	Phương tiện vận chuyển
운수업	Nghề vận tải
운임	Cước vận chuyển
운전	Lái (xe)
운전기사	Tài xế
운전면허시험	Thi lấy bằng lái
운전면허증	Bằng lái xe
운전석	Ghế ngồi của tài xế
운전하다	Lái xe
운항하다	Lái, vận hành
운행	Vận hành
원양어선	Tàu đánh cá viễn dương
위	Trên
위험하다	Nguy hiểm
유람선	Tàu du lãm
유조선	Tàu chở dầu

유조차	Xe tải chở dầu
육 교	Cầu vượt
육로	Đường bộ
음주운전	Lái xe khi uống rượu
음주측정기	Máy đo nồng độ cồn
이동	Di động, di chuyển
이륙하다	Cất cánh (máy bay)
이정표	Cột cây số
인도	Phân phối, chuyển giao
일방통행	Đường 1 chiều
일방통행로	Làn đường 1 chiều
임시열차	Xe lửa tạm thời
자가용	Xe hơi riêng
자동차	Xe hơi
자동차등록증	Cà vẹt xe
자전거	Xe đạp
잠수함	Tàu ngầm
장갑차	Xe bọc thép
재우다	Đổ xăng
적재량	Tải trọng
적정량을 넘다	Quá tải
전용차로	Đường xe chuyên dụng
전용도로	Đường chuyên dụng
전용차선	Làn đường cho xe hơi
전진	Tiến lên, tiến triển
전차	Xe tăng, chiến xa

전철표	Vé tàu điện ngầm
전철	Tàu điện ngầm
전투기	Máy bay chiến đấu
접촉사고	Va chạm(xe)
정거장	Trạm xe
정류장	Trạm dừng xe buýt, bến xe
정비사	Thợ máy
정액권	Vé trả trước, vé tháng
제트기	Máy bay phản lực
조사하다	Kiểm soát
좌석버스	Xe buýt có ghế ngồi
좌회전	Quẹo trái
주유소	Trạm xăng
주차금지	Cấm đậu xe
주차권	Vé đậu xe
주차	Đậu xe
주차관리인	Người quản lí đậu xe
주차장	Bãi đậu xe
좁은길	Ngõ, hẻm hẹp
지하철	Tàu điện ngầm
지게차	Xe nâng
지도	Bản đồ
지른 길	Đường tắt
지하도	Đường ngầm
지하철	Tàu điện ngầm
직진	Đi thẳng

직행버스	Xe buýt tốc hành
질서	Trật tự
차	Xe
차가 밀리다	Kẹt xe
차도	Đường dành cho xe
차량	Xe cộ
차로	Đường cắt, giao nhau
차선	Vạch đường xe hơi
차표	Vé xe hơi
착륙하다	Đổ bộ, hạ cánh
철길	Đường sắt
철도	Đường sắt
초보운전	Mới tập chạy, chạy thử
출입 금지	Cấm vào
출항하다	Xuất cảng
키	Chiều cao
키로미터	Km
타다	Đi (xe)
탑승	Lên (bay, tàu)
탑승권	Vé lên tàu xe
탑승수속	Thủ tục bay
택시기사	Tài xế taxi
택시	Tắc xi
터널	Đường hầm
터미널	Bến xe
통근버스	Xe buýt đưa đón nhân viên

통학버스	Xe buýt đưa đón học sinh, sinh viên
통행금지	Cấm xe qua lại
통행료	Phí thông hành
트럭	Xe tải
특급열차	Xe lửa đặc biệt
패스	Fax
표	Vé
하선하다	Xuống tàu thủy
하차	Xuống xe
한국도로공사	Công ty đường bộ Hàn Quốc
할증료	Tiền phụ trội, tiền trả thêm
함정	Tàu chiến
항공권	Vé máy bay
항공기	Máy bay
항공모함	Hàng không mẫu hạm
항공사	Hãng hàng không
항공운항	Vận chuyển hàng không
항구	Cửa khẩu, cảng
항로	Tuyến đường, kênh đào
항만	Bến cảng, vịnh
항해사	Công ty hàng hải
항해지도	Hải đồ
항해하다	Đi biển
해로	Đường biển
해로로	Bằng đường thủy
해상교통	Giao thông đường biển

해상운송	Vận chuyển đường thủy
헬리콥터	Máy bay trực thăng
호선	Tuyến tàu điện
혼잡하다	Phức tạp
화물차	Xe tải, xe chở hàng
화물	Hàng hóa
화물선	Tàu chở hàng hóa
화물열차	Xe lửa chở hàng hóa
화물차	Xe chở hàng hóa
활주로	Đường băng, bãi đáp, bãi hạ cánh
회전	Xoay vòng, luân phiên
횡단보도	Vạch đường ưu tiên cho người đi bộ
후진	Lùi

국가와 정치

간첩	Gián điệp
감사원	Viện kiểm sát
강대국	Nước lớn
개각	Việc cải tổ nội các
개각하다	Cải tổ nội các
개발도상국	Nước đang phát triển
개천절	Tiết khai thiên (khai sinh đất nước Hàn Quốc), Quốc khánh Hàn Quốc
개편하다	Cải tiến cho thuận lợi hơn
개표	Sự kiểm phiếu
개표소	Nơi kiểm phiếu
개표참관인	Người chứng kiến kiểm phiếu
개표하다	Kiểm phiếu
개헌	Sự sửa đổi hiến pháp
건국	Sự kiến quốc
건설교통부	Bộ Xây dựng - giao thông
검찰청	Tổng cục, sở kiểm sát
겨레	Dân tộc
경호실	Phòng cảnh vệ
계엄	Sự giới nghiêm

고국	Cố quốc
고대국가	Quốc gia cổ đại
공공기관	Cơ quan nhà nước, cơ quan công quyền
공공단체	Đoàn thể công cộng
공권력	Sức mạnh công quyền
공명선거	Bầu cử công minh, bầu cử trong sạch
공무원	Công viên chức
공보실	Phòng công báo
공산주의	Chủ nghĩa Cộng sản
공산주의국가	Nước chủ nghĩa Cộng sản
공약	Công ước
공정거래위원회	Ủy ban trọng tài kinh tế
공직	Công chức
공직자	Công chức
공천	Sự tiến cử
공천자	Người được tiến cử
공천하다	Tiến cử, giới thiệu ra tranh cử
공화국	Nước cộng hòa
과학기술부	Bộ Khoa học - kỹ thuật
관공서	Cơ quan Nhà nước
관세청	Tổng cục, Cục Thuế
관직	Quan chức
관청	Tòa nhà Nhà nước, công sở
광복절	Lễ Quang phục
광역시	Thành phố trực thuộc TW

교육부	Bộ Giáo dục
교포	Kiều bào
구	Quận, huyện
구의원	Ủy viên hội đồng nhân dân quận
구의회	Hội đồng nhân dân quận
구청	Văn phòng Ủy ban nhân dân quận
구청장	Chủ tịch quận/ huyện
국가 명	Tên nước
국가	Nhà nước
국가과학기술자문회의	Hội nghị tư vấn khoa học kỹ thuật quốc gia
국가보훈처	Cơ quan đền đáp người có công
국가안전보장회의	Hội nghị bảo đảm an ninh quốc gia
국가정보원	Cơ quan tình báo quốc gia
국경	Biên giới quốc gia
국경선	Đường biên giới
국경일	Ngày lễ quốc gia
국교	Quốc giáo
국군	Quân đội quốc gia
국권	Quyền lực của quốc gia
국기	Quốc kỳ
국내	Trong nước
국내외	Trong và ngoài nước
국내정세	Tình hình chính trị trong nước

국가와 정치

국력	Quốc lực, sức mạnh một đất nước
국립	Quốc lập
국무	Quốc vụ
국무조정실	Phòng Quốc vụ, văn phòng Thủ tướng
국무총리	Thủ tướng
국무총리비서실	Phòng thư ký Thủ tướng
국무회의	Hội nghị nội các
국문	Quốc văn
국민	Quốc dân
국민경제	Kinh tế quốc dân
국민교육헌장	Hiến chương giáo dục quốc dân
국민문화	Văn hóa quốc dân
국민복지	Phúc lợi quốc dân
국민성	Tính quốc dân
국민소득	Thu nhập quốc dân
국민의례	Nghi lễ quốc dân
국민의식	Ý thức quốc dân
국민투표	Bầu cử theo hình thức toàn dân bỏ phiếu
국방	Quốc phòng
국방부	Bộ Quốc phòng
국법	Luật quốc gia
국사	Lịch sử đất nước, quốc sử
국산	Hàng hóa sản xuất trong nước

국세청	Tổng cục, Cục Thuế
국수주의	Chủ nghĩa cục bộ dân tộc
국어	Quốc ngữ
국왕	Quốc vương
국외	Ngoài nước
국적	Quốc tịch
국정	Nền chính trị nước nhà
국정감사	Họp giám sát quốc hội
국제	Quốc tế
국제기구	Cơ quan quốc tế
국제연합	Liên hiệp quốc
국제적	Thuộc về quốc tế
국제정세	Tình hình quốc tế
국제정치	Chính trị quốc tế
국제화	Quốc tế hóa
국토	Quốc thổ, lãnh thổ
국토방위	Bảo vệ lãnh thổ
국호	Quốc hiệu
국화	Quốc hoa (hoa đặc trưng của một nước)
국회 회기	Kỳ họp Quốc hội
국회	Quốc hội
국회법	Luật Quốc hội
국회사무처	Văn phòng Quốc hội
국회의사당	Tòa nhà Quốc hội
국회의원	Đại biểu Quốc hội, nghị sĩ
국회의장	Chủ tịch Quốc hội

국회해산	Giải tán Quốc hội
군	Quận
군수	Người đứng đầu quận
군주	Quân chủ
군주국가	Quốc gia quân chủ
군주정치	Nền chính trị quân chủ
군주제	Chế độ quân chủ
군청	Văn phòng quận
권력	Quyền lực
권한	Quyền hạn
귀화	Sự đổi sang quốc tịch nước khác
기권	Khí quyền
기상청	Cục, Tổng cục khí tượng
기획예산처	Cục Dự toán ngân sách kế hoạch
나라	Đất nước
낙선	Sự thất bại trong bầu cử
내각	Nội các
내각책임제	Chế độ trách nhiệm Nội các
내국인	Người trong nước
노동부	Bộ Lao động
농림부	Bộ Nông lâm
농촌진흥청	Tổng cục chấn hưng nông thôn
다수당	Đảng đa số
다스리다	Cai trị, thống trị, điều hành
단일민족	Dân tộc đơn nhất

당권	Đảng quyền
당대표	Đại biểu đảng
당선	Trúng cử, thắng cử
당선자	Người trúng cử, người thắng cử
당원	Đảng viên
당쟁	Sự đấu tranh trong nội bộ đảng
당파	Phe phái trong đảng
대권	Quyền lớn
대변인	Người đại diện, người phát ngôn
대사	Đại sứ
대사관	Đại sứ quán
대선	Bầu cử Tổng thống
대통령	Tổng thống, Chủ tịch nước
대통령제	Chế độ Tổng thống
대통령중심제	Chế độ Tổng thống là trung tâm
데모	Biểu tình,
도시국가	Quốc gia đô thị
도지사	Chủ tịch tỉnh
도청	Văn phòng tỉnh
독재국가	Quốc gia độc tài
독재자	Kẻ độc tài
독재정치	Nền chính trị độc tài
동	Phường (trong quận)
동맹국	Nước đồng minh

동사무소	Văn phòng phường
동장	Trưởng phường, chủ tịch phường
동족	Đồng tộc, cùng dân tộc
동포	Đồng bào
득표	Giành, thu được phiếu bầu
득표율	Tỷ lệ trúng phiếu bầu
리	Xã, lý
망명	Sự lưu vong (chính trị)
매국노	Bọn bán nước
면	Xã
면사무소	Văn phòng xã
면장	Chủ tịch xã
모국	Nước mẹ
문화관광부	Bộ Văn hóa và du lịch
문화원	Viện văn hóa
문화재관리청	Cục, sở quản lý di sản văn hóa
민심	Lòng dân
민족	Dân tộc
민주국가	Quốc gia dân chủ
민주정치	Nền chính trị dân chủ
민주주의	Chủ nghĩa dân chủ
민주주의국가	Quốc gia dân chủ, quốc gia theo chủ nghĩa dân chủ
민주평화통일자문회의	Hội nghị tư vấn thống nhất hòa bình dân chủ

민중	Dân chúng
반장	Lớp trưởng, trưởng ca
백성	Bách tính, nhân dân
백악관	Tòa bạch ốc, tòa nhà trắng (Mỹ)
법무부	Bộ Tư pháp
법제처	Sở Pháp chế
법치국가	Quốc gia pháp trị
벼슬	Quan lại, chức quan
병무청	Sở Binh vụ
보건복지부	Bộ Phúc lợi - Y tế
보궐선거	Bầu cử bổ khuyết
보좌관	Phụ tá
본국	Nước chính, bản quốc, nước mình
봉건제도	Chế độ phong kiến
봉건주의	Chủ nghĩa phong kiến
부동표	Phiếu chưa xác định bầu cho ai, số phiếu dao động
부재자투표	Bỏ phiếu của người vắng mặt
부정선거	Bầu cử không lành mạnh
부총리	Phó Thủ tướng
부총재	Phó Chủ tịch (đảng), Phó Thống chế
부통령	Phó Tổng thống, Phó Chủ tịch nước
분단국가	Quốc gia bị chia cắt
불법체류자	Người cư trú bất hợp pháp

국가와 정치

비상기획위원회	Ủy ban kế hoạch bất thường
비서관	Bí thư
비서실	Văn phòng Bí thư
뽑다	Chọn ra, rút ra, lựa ra
사무관	Chức công bậc 5
사증	Visa
사회주의	Chủ nghĩa xã hội
사회주의국가	Quốc gia chủ nghĩa xã hội
산림청	Sở Lâm nghiệp
산업자원부	Bộ Tài nguyên công nghiệp
삼권분립	Tam quyền phân lập
삼선	Thắng cử lần thứ ba
서기관	Thư ký
서리	Người thay quyền, người thay thế
서민	Dân bình thường
선거	Tuyển cử
선거공약	Cam kết trước bầu cử (cửa ứng cử viên)
선거관리위원회	Ủy ban quản lý bầu cử
선거구	Khu vực bầu cử
선거권	Quyền bầu cử
선거법	Luật bầu cử
선거운동	Vận động bầu cử
선거운동원	Ủy ban vận động bầu cử
선거일	Ngày bầu cử
선거자금	Quỹ bầu cử
선거재판	Phán xét sự bầu cử

선거전	Cạnh tranh bầu cử
선거전략	Chiến lược bầu cử
선거철	Mùa bầu cử
선거하다	Bầu cử
선진국	Nước tiên tiến
선출	Bầu ra, cử ra
세계	Thế giới
세계인	Người thế giới
세계적	Thuộc thế giới
세계주의	Chủ nghĩa thế giới
세계화	Thế giới hóa
소방서	Trạm cứu hỏa, trạm chữa cháy
소수당	Đảng số ít, đảng thiểu số
소수민족	Dân tộc thiểu số, dân tộc ít người
속국	Nước lệ thuộc
수교	Quan hệ ngoại giao
수도	Thủ đô
수상	Thủ tướng
수호하다	Bảo vệ, phòng thủ
순방하다	Thăm lần lượt
시민	Thị dân
시민권	Quyền thị dân
시위	Thị uy, biểu tình
시의원	Ủy ban thành phố, Ủy viên Hội đồng Nhân dân thành phố
시의회	Hội đồng Nhân dân
시장	Thị trưởng

국가와 정치

시청	Tòa thị chính
식민지	Đất, nước thuộc địa
식품의약품안전청	Tổng cục An toàn thực phẩm y dược
심의기관	Cơ quan kiểm tra
애국	Lòng yêu nước
애국가	Quốc ca
애국심	Lòng yêu nước
야권	Thuộc phe, đảng đối lập
야당	Đảng đối lập, đảng không nắm quyền
약소국	Nước yếu nhỏ
여권	Thuộc giới cầm quyền
여당	Đảng cầm quyền
여론	Dư luận
여성특별위원회	Ủy ban đặc biệt về phụ nữ
여왕	Nữ vương
연방국	Nước liên bang
연합국	Liên hiệp quốc
영공	Vùng không phận
영사	Lãnh sự
영사관	Lãnh sự quán
영주권	Quyền cư trú mãi mãi
영토	Lãnh thổ
영해	Lãnh hải
왕	Vua
왕국	Vương quốc

왕비	Vương phi
왕세자	Thế tử, vương thế tử
왕손	Vương tôn, cháu vua
왕자	Hoàng tử, vương tử
왕조	Vương triều
왕족	Vương tộc
왕후	Hoàng hậu
외교	Ngoại giao
외교관	Nhân viên ngoại giao
외교통상부	Bộ Giao thông Thương mại
외국	Nước ngoài, ngoại quốc
외국인	Người nước ngoài
우리나라	Đất nước chúng ta
우방	Lân cận
우방국	Nước lân cận
우체국	Bưu điện
유권자	Người có phiếu bầu cử, cử tri
유세	Việc vận động tranh cử
유세장	Nơi vận động tranh cử
읍 사무소	Văn phòng ấp
읍	Ấp
읍장	Trưởng ấp
의결기관	Cơ quan có thẩm quyền
의석	Ghế ngồi của nghị viên
의식주	Việc ăn mặc ở
의원	Nghị viện

의원내각제	Chế độ nội các nghị viện
의회	Hội đồng Nhân dân
의회정치	Nền chính trị hội đồng
이민	Di dân
이민국	Nước có dân nhập cư
이민족	Dân tộc nhập cư
이장	Lý trưởng
이중국적	Hai quốc tịch
인민	Nhân dân
인민공화국	Nước cộng hòa nhân dân
임금	Vua
임시국회	Quốc Hội tạm thời
입국사증	Visa nhập cảnh
입법기관	Cơ quan lập pháp
입법부	Bộ Lập pháp
입헌군주국	Nước quân chủ lập hiến
입헌주의	Chủ nghĩa lập hiến
입후보자	Ứng cử viên
자문기관	Cơ quan tư vấn
자본주의	Chủ nghĩa tư bản
자본주의국가	Nước tư bản chủ nghĩa
자유주의	Chủ nghĩa tự do
자유주의국가	Nước theo chủ nghĩa tự do
자치령	Khu tự trị
장관	Bộ trưởng
재선	Tái cử
재선거	Tái bầu cử

재정경제부	Bộ Kinh tế Tài chính
적국	Nước có quan hệ thù địch
적대국	Nước thù địch
전국	Toàn quốc
전당대회	Đại hội toàn đảng
전화국	Cục Bưu chính - Viễn thông
정견	Chính kiến
정계	Giới chính trị
정권	Chính quyền
정권교체	Sự thay đổi chính quyền
정기국회	Kỳ họp Quốc hội định kỳ
정당	Chính đảng
정보통신부	Bộ Thông tin
정부	Chính phủ
정부종합청사	Khu nhà các cơ quan Chính phủ đóng
정세	Xu thế chính trị
정족수	Số lượng tối thiểu trong hội nghị
정책	Chính sách
정치	Chính trị
정치가	Nhà chính trị
정치계	Giới chính trị
정치관	Chính trị quan
정치구조	Cơ cấu chính trị
정치권	Quyền chính trị
정치권력	Quyền lực chính trị
정치기구	Cơ quan chính trị

국가와 정치

정치노선	Đường lối chính trị
정치단체	Đoàn thể chính trị
정치도덕	Đạo đức chính trị
정치범	Tội phạm chính trị
정치비리	Tiêu cực trong chính trị
정치사상	Tư tưởng chính trị
정치윤리	Luân lý chính trị
정치이념	Ý niệm chính trị, lý tưởng chính trị
정치인	Người làm chính trị
정치자금	Quỹ chính trị
정치체제	Thể chế chính trị
정치협상	Hiệp thương chính trị
제국	Đế quốc
제국주의	Chủ nghĩa đế quốc
제헌절	Tiết tế trời đất (Hàn Quốc)
조국	Tổ quốc
조달청	Cục Hậu cần, Cục Quản lý Vật tư (trong Chính phủ)
조선족	Tộc người Triều Tiên
조약	Điều ước
족벌체제	Thể chế theo bộ tộc
종족	Chủng tộc
주권	Chủ quyền
주권국가	Quốc gia chủ quyền
주변국	Nước xung quanh, nước láng giềng
중립국	Nước trung lập

중소기업청	Tổng cục các doanh nghiệp vừa và nhỏ
중소기업특별위원회	Ủy ban đặc biệt doanh nghiệp vừa và nhỏ
중앙집권제	Chế độ tập quyền trung ương
중진국	Nước đang phát triển mức cao
지구당	Tổ chức đảng ở địa phương
지구촌	Làng địa cầu
지방자치단체	Đoàn thể tự trị địa phương
지방자치제	Chế độ tự trị địa phương
지방행정	Hành chính địa phương
지배하다	Chi phối, cai trị
지역구	Đơn vị bầu cử
지원유세	Đi vận động chi viện
집권당	Đảng cầm quyền
집권하다	Nắm chính quyền
찍다	Đóng dấu, chụp ảnh
차관	Thứ trưởng
참전국	Nước tham chiến
철도청	Tổng cục đường sắt
첩보	Điệp báo, gián điệp
첩자	Gián điệp
청문회	Hội nghị lấy chứng cớ
청와대	Tòa nhà xanh, tòa nhà Tổng thống Hàn Quốc
초선	Trúng cử lần đầu tiên
총리	Thủ tướng, Tổng lý

총선	Bầu cử Quốc hội
총선거	Tổng bầu cử
총재	Chủ tịch đảng
출마자	Người ra tranh cử, ứng cử viên
출마하다	Ra tranh cử
침략하다	Xâm lược
침범하다	Xâm phạm
쿠데타	Đảo chính
타국	Nước khác
태극기	Quốc kỳ Hàn Quốc
통계청	Tổng cục Thống kê
통일국가	Quốc gia thống nhất
통일부	Bộ Thống nhất
통장	Sổ ngân hàng
통치자	Người thống trị
통치하다	Thống trị
투표	Bỏ phiếu bầu cử
투표권	Quyền bỏ phiếu
투표소	Nơi bỏ phiếu
투표용지	Phiếu bầu cử
투표율	Tỷ lệ bầu cử
투표자	Người bỏ phiếu
투표함	Thùng phiếu
특별시	Đặc khu
특허청	Cơ quan cấp giấy chứng nhận quyền sở hữu trí tuệ
파벌	Bè phái

평민	Dân thường
합중국	Hợp chủng quốc
해양경찰청	Cục Cảnh sát biển
해양수산부	Bộ Thủy sản hải dương
해외	Hải ngoại
행정	Hành chính
행정가	Nhà hành chính
행정고시	Kỳ thi tuyển sinh hành chính
행정기관	Cơ quan hành chính
행정부	Chính phủ
행정부서	Bộ phận hành chính
행정소송	Tố tụng hành chính
행정요원	Yếu nhân hành chính
행정자치부	Bộ Tự trị hành chính
혁명	Cách mạng
혼혈	Lai, hỗn huyết
혼혈아	Con lai
화교	Hoa kiều
환경부	Bộ Môi trường
황제	Hoàng đế
황태자	Hoàng thái tử
황후	Hoàng hậu
후진국	Nước lạc hậu, nước chậm phát triển
흑색선전	Tuyên truyền chụp mũ, tuyên truyền đen

문명과 문화

개화기	Thời kỳ khai hóa, mở đầu
개화하다	Khai hóa
계승하다	Kế thừa
고대문명	Văn minh cổ đại
고문서	Văn tự cổ
구석기시대	Thời đại đồ đá cũ
국립경주박물관	Bảo tàng quốc lập Kuong ju
국립민속박물관	Bảo tàng quốc lập dân tộc
국립박물관	Bảo tàng quốc gia
국보	Quốc bảo
기계문명	Văn minh máy móc
기념물	Vật kỷ niệm
기능보유자	Người có kỹ năng
농경문화	Văn hóa canh nông
대중문화	Văn hóa đại chúng
동양문화	Văn hóa phương đông
무형문화재	Văn hóa (phi vật thể)
문명	Văn minh
문명사회	Xã hội văn minh
문물교류	Giao lưu văn vật
문예부흥	Phục hưng văn nghệ

문화	Văn hóa
문화계	Giới văn hóa
문화관광부	Bộ Văn hóa du lịch
문화교류	Giao lưu văn hóa
문화권	Vùng văn hóa
문화대혁명	Đại cách mạng văn hóa
문화민족	Dân tộc văn hóa
문화생활	Sinh hoạt văn hóa
문화수준	Trình độ văn hóa
문화시설	Trang thiết bị, cơ sở văn hóa
문화예술	Văn hóa nghệ thuật
문화예술진흥기금	Quỹ chấn hưng văn hóa nghệ thuật
문화예술진흥법	Luật chấn hưng văn hóa nghệ thuật
문화유산	Di sản văn hóa
문화의식	Ý thức văn hóa
문화인류학	Văn hóa nhân loại học
문화재	Tài sản văn hóa
문화재관리국	Cục quản lý tài sản văn hóa
문화재보호	Bảo vệ tài sản văn hóa
문화창조	Sáng tạo văn hóa
문화행사	Lễ hội văn hóa
문화혁명	Cách mạng văn hóa
문화회관	Hội quán văn hóa
미개인	Người chưa văn minh
민속	Dân gian, dân tộc

민속자료	Tư liệu dân gian
민속촌	Làng dân tộc
발달하다	Phát đạt, phát triển
발상지	Đất khởi nguồn
발전하다	Phát triển
발해문화	Văn hóa Bạt hải
보물	Báu vật
불교문화권	Vùng văn hóa Phật giáo
비단길	Con đường tơ lụa
사적	Thư tịch
생활양식	Phương thức sinh hoạt
서구문명	Văn minh phương Tây
서양문화	Văn hóa phương Tây
선사문화	Văn hóa tiền sử
선사시대	Thời đại tiền sử
세계문화유산	Di sản văn hóa thế giới
세시풍속	Phong tục thời thế
신석기시대	Thời đại đồ đá mới
안데스문명	Văn minh Andes
야만	Man rợ
야만인	Người nguyên thủy
민족박물관	Bảo tàng dân tộc
원시인	Người nguyên thủy
유물	Di vật
유적	Di tích
음식문화	Văn hóa ẩm thực

이집트문명	Văn minh Ai Cập
인류문명	Văn minh nhân loại
인류문화	Văn hóa nhân loại
잉카문명	Văn minh Inca
전래문화	Văn hóa truyền lại
전승하다	Toàn thắng
전파하다	Truyền sóng
철기시대	Thời kỳ đồ sắt
트로이문명	Nền văn minh Troi
풍습	Phong tục
한국문화예술진흥원	Việc chấn hưng văn hóa nghệ thuật Hàn Quốc
한국정신문화연구원	Viện nghiên cứu văn hóa tinh thần Hàn Quốc
한국화	Tranh Hàn Quốc
한글문화	Văn hóa chữ Hàn
한자문화권	Vùng văn hóa chữ Hán
향유하다	Hưởng thụ
현대문명	Văn minh hiện đại

경제와 경제활동

가게	Cửa hàng, cửa hiệu
가격	Giá cả
가격인상	Việc nâng giá
가격인하	Việc hạ giá
가격표	Bảng giá
가계부	Sổ ghi chép chi tiêu
가계비	Chi phí chi tiêu trong gia đình
가계소득	Thu nhập gia đình
가계지출	Chi tiêu gia đình
가공무역	Mậu dịch gia công
가구점	Nơi bán đồ dùng gia đình
가난하다	Nghèo
가불하다	Tạm ứng trước
가스요금	Tiền sử dụng gas
간접세	Giá gián tiếp
감세, 감액	Hạ thuế, giảm thuế
거래액	Doanh số kim ngạch
회전율	Tỷ lệ xoay vòng đồng tiền
갑근세	Thuế thu nhập lao động
갑종근로소득세	Thuế thu nhập
값	Giá, giá trị

값어치	Có giá trị
강세	Thế mạnh
갚다	Trả nợ
개방경제	Nền kinh tế mở cửa
개시	Mở, khai mới
개업	Mở nghiệp, khai nghiệp
개점	Mở cửa hàng
거금	Số tiền lớn
거래	Giao dịch
거래처	Nơi giao dịch
거스름돈	Tiền thối lại, tiền thừa
거시경제	Nền kinh tế vĩ mô
거액	Số tiền lớn
격려금	Tiền khuyến khích
견본품	Hàng mẫu
견적송장	Bảng giá
결산	Quyết toán
결손	Thiếu hụt, mức thiếu hụt
결제	Duyệt quyết toán, duyệt thanh toán
결제일	Ngày quyết toán
결제통화	Đồng tiền thanh toán
경기	Tình hình kinh tế
경기변동	Biến động kinh tế
경리	Tài vụ, kế toán, tài chính
경매	Bán đấu giá
경비	Kinh phí

경상수지	Chỉ số kinh tế, số tiền chênh lệch giữa thu và chi
경상지출	Chi tiêu trong kinh tế
경영	Kinh doanh
경영자	Nhà kinh doanh
경제	Kinh tế
경제계	Giới kinh tế
경제공황	Khủng hoảng kinh tế
경제권	Phạm vi kinh tế, khu vực về kinh tế
경제발전	Phát triển kinh tế
경제성	Tính kinh tế
경제성장	Tăng trưởng kinh tế
경제인	Người làm kinh tế
경제적	Có tính kinh tế, thuộc về kinh tế
경제지표	Chỉ số kinh tế
경품	Hàng bán đấu giá
경품권	Quyền bán đấu giá
계	Hụi, chơi hụi
계산	Tính toán
계산대	Bàn, nơi tính toán tiền
계산서	Hóa đơn tính tiền
계산하다	Tính toán, tính tiền
계약	Hợp đồng
계약금	Tiền đặt cọc
계좌	Tài khoản ngân hàng

계획경제	Nền kinh tế theo kế hoạch
곗돈	Tiền hụi
고가	Giá cao
고가품	Hàng giá cao
고객	Quý khách, khách hàng
고급품	Hàng cao cấp
고리대금업	Nghề cho vay lấy lãi cao
고리대금업자	Người cho vay lấy lãi cao
고액권	Đồng tiền có mệnh giá lớn
고정금리	Lãi suất cố định
고정부채	Nợ cố định
고정수입	Thu nhập cố định
고정이율	Lãi suất cố định
고정환율제도	Chế độ tỷ giá hoán đổi tiền cố định
골동품	Hàng lâu đời quý hiếm
공공요금	Tiền công cộng
공과금	Tiền nước, ga, điện
공금	Tiền công
공급	Cung cấp
공급자	Người cung cấp
공납금	Tiền nạp (nói chung)
공돈	Tiền không mất sức mà có
공산품	Hàng thủ công
공수표	Ngân phiếu không có giá trị
공장도매가격	Giá bán sỉ tại nhà máy

공짜	Không mất tiền, không tính tiền
공채	Công trái
공탁금	Tiền ký gửi vào ngân hàng
공탁하다	Gửi vào, ký gửi
과세	Đánh thuế
과소비	Tiêu xài quá mức
과용	Việc dùng quá nhiều
과점	Sự độc chiếm
과태료	Tiền phạt
관리비	Quản lý phí
관세	Thuế quan, thuế hải quan
관세법	Luật thuế quan
관세서류	Chứng từ hải quan
관세신고	Khai báo hải quan
관세율	Suất thuế
관세정책	Chính sách thuế quan
관세청	Cục hải quan
교역	Giao dịch
교육세	Thuế giáo dục
교환	Trao đổi
구매	Sự mua vào
구매자	Người mua
구매하다	Mua vào
구멍가게	Cửa hiệu nhỏ
구입	Sự tìm mua, sự mua vào
구입하다	Mua vào

국가경제	Nền kinh tế quốc gia
국내경제	Kinh tế trong nước
국내시장	Thị trường trong nước
국민소득	Thu nhập quốc dân
국민자본	Tiền vốn quốc dân
국민총생산	Tổng sản xuất quốc dân
국세	Thuế nhà nước
국세청	Cục thuế
국제결제	Thanh toán quốc tế
국제경제	Kinh tế quốc tế
국제수지	Chỉ số kinh tế thế giới
국제시장	Trị trường quốc tế
국채	Trái phiếu Chính phủ
권리금	Tiền cho thêm khi thuê bất động sản (cho người cho thuê)
권장소비자가격	Giá tiêu thụ khuyến mại
귀중품	Hàng quý
규격품	Hàng theo quy cách
근로소득	Tiền thu nhập do lao đông
금고	Cái két sắt
금리	Suất lãi cho vay
금액	Số tiền, mệnh giá
금융	Tiền tệ
금융가	Khu phố tài chính
금융계	Giới tài chính, giới ngân hàng
금융기관	Cơ quan tài chính, tổ chức tài chính

금융시장	Thị trường tài chính
금융실명제	Chế độ giao dịch tính dụng theo đúng tên thật
금융자산	Tài sản tiền bạc
금일봉	Phong bì không rõ chứa bao nhiêu tiền
금전	Tiền bạc, tiền
금전출납부	Sổ ghi chép thu chi tiền bạc
금화	Đồng tiền vàng
급료	Tiền lương (nói chung)
급여	Lương (nói chung)
기간경과	Quá hạn
기금	Tiền quỹ
기념주화	Đồng tiền kỷ niệm
기념품	Vật kỷ niệm
기부금	Tiền đóng góp
기업	Doanh nghiệp
기업가	Nhà doanh nghiệp
기업인	Nhà doanh nghiệp
기업주	Chủ doanh nghiệp
기업체	Nhà máy, xí nghiệp
기탁금	Tiền gửi, tiền ủy thác
기탁하다	Ủy thác
기호품	Gia vị
기획상품	Thương phẩm sản xuất theo quy hoạch
긴축정책	Chính sách giảm chi tiêu

깎다	Gọt, cắt, khoét
꽃 시장	Chợ hoa
꽃집	Cửa hàng hoa
꾸다	Mượn tiền
꾸어주다	Cho mượn tiền
낙찰	Trúng thầu
난방비	Phí sưởi ấm trong nhà
날리다	Bị bay, thả bay
납부금	Tiền nạp vào
납부하다	Nạp vào
납세	Nạp thuế
납세자	Người nạp thuế
납입금	Tiền nạp
납입액	Số tiền nạp vào
납품하다	Nạp hàng, giao hàng
낭비하다	Lãng phí
내국세	Thuế trong nước
내림세	Xu thế giảm giá
내수시장	Thị trường tiêu thụ trong nước
노점	Quán bán hàng ven đường
노점상	Buôn bán ở quán ven đường
농산물시장	Thị trường nông sản
농지세	Thuế đất canh tác
뇌물	Vật hối lộ
단골	Khách hàng quen biết
단기 채권	Trái phiếu ngắn hạn

단기대부	Cho vay ngắn hạn
단기신용	Tín dụng ngắn hạn
단기어음	Hối phiếu ngắn hạn
단란주점	Quán rượu
달러	Đô-la
달러화	Tiền đô-la
담보	Đảm bảo
당좌수표	Ngân phiếu lấy số tiền gửi ngân hàng làm gốc
대금	Số tiền lớn
대기업	Xí nghiệp lớn
대리점	Điểm đại lý
대부	Việc cho vay tiền
대부금	Số tiền cho vay
대여	Việc cho mượn, cho vay
대용품	Vật cho mượn
대우, 처리	Đãi ngộ, chế độ đãi ngộ
대차대조표	Phiếu đối chiếu thu chi
대출	Cho vay, việc cho vay
대출금	Tiền cho vay
대출하다	Cho vay, cho mượn
대형할인매장	Cửa hàng lớn hạ giá hàng loạt
덤	Tiền cho thêm, tiền bo
덤핑	Bán phá giá
덤핑관세	Thuế chống phá giá
덤핑방지	Chống phá giá
덤핑방지세	Thuế chống phá giá

덤핑판매	Việc bán phá giá
도매	Việc mua bán sỉ
도매가	Nhà buôn bán sỉ
도매상	Cửa hàng buôn bán sỉ
도매시장	Chợ buôn bán sỉ
도산	Sự phá sản
독과점	Cửa hàng độc quyền
독점	Độc quyền
돈	Tiền, tiền bạc
돈놀이	Việc cho vay lấy lãi
동전	Đồng tiền xu
뒷거래	Giao dịch cửa sau
등록금	Tiền đăng ký
떡값	Tiền bo, tiền lấy lòng ai đó
떡집	Cửa hàng bánh
떨이	Việc bán rẻ số hàng còn lại
떼돈	Cục tiền, đống tiền
마수걸이	Việc bán mở hàng
마진	Tiền lời
만물상	Cửa hàng tạp hóa
매도율	Tỷ lệ bán ra
매매	Mua bán
매상	Việc thu mua
매상고	Doanh số, hoặc hàng bán ra
매입	Mua vào
매입율	Tỷ lệ mua vào

매장	Chợ, nơi mua bán
매점	Căng tin
명품	Hàng hiệu
모조품	Hàng nhái, hàng bắt chước
목돈	Số tiền lớn gom được
무료	Không mất tiền, miễn phí
무역	Mậu dịch
무역센터	Trung tâm mậu dịch
무역수지	Chỉ số mậu dịch
문구점	Cửa hàng văn phòng phẩm
문방구	Cửa hàng văn phòng phẩm
문화비	Kinh phí chi tiêu cho phát triển văn hóa
물가	Vật giá
물가지수	Chỉ số vật giá
물건	Đồ vật
물물교환	Trao đổi hàng hóa
물품	Vật phẩm
미시경제	Kinh tế vi mô
미화	Tiền Mỹ
밑지다	Lỗ vốn, không lời
밑천	Tiền vốn, cơ sở, nền tảng
바가지 쓰다	Mua hớ
바겐세일	Bán hạ giá trong một thời gian nhất định
바자회	Hội từ thiện
반품	Hàng bị trả lại

배당금	Cổ tức
배상금	Tiền bồi thường
백화점	Cửa hàng bách hóa
버스카드	Thẻ đi xe buýt
벌금	Tiền phạt
벌다	Kiếm tiền, làm ra tiền
벌이	Việc kiếm tiền
법인세	Thuế pháp nhân, thuế thu nhập
벼룩시장	Thị trường tạp nham
보관소	Nơi bảo quản
보너스	Tiền thưởng
보따리	Cái tay nải, cái bao dùng vật gì để mang vác
보물	Báu vật
보배	Đồ quý, báu vật; nhân vật quý hiếm
보상금	Tiền bồi thường
보석상	Cửa hàng bán đá quý
보수	Sự sửa chữa
보조금	Tiền phụ trợ, tiền giúp đỡ
보증	Bảo đảm, bảo lãnh
보증계약	Hợp đồng bảo lãnh
보증금	Tiền bảo lãnh
보증기간	Thời hạn bảo lãnh
보증서다	Đứng ra bảo lãnh
보증인	Người bảo lãnh

보증장	Thư bảo đảm
보통예금	Tiền tiết kiệm không thời hạn
보합세	Tiền thuế bảo đảm duy trì giá lâu dài
보험	Bảo hiểm
보험금	Tiền bảo hiểm
보험료	Phí bảo hiểm
보험중개인	Môi giới bảo hiểm
보험증서	Chứng từ bảo hiểm
보험회사	Công ty bảo hiểm
복제품	Hàng phục chế
본사	Công ty mẹ
본사	Trụ sở chính
본전	Tiền vốn, tiền gốc, tiền ban đầu
본점	Chi nhánh chính
봉급	Lương bổng
봉사료	Phí phục vụ
부가가치	Giá trị gia tăng
부가가치세	Thuế giá trị gia tăng
부가세	Thuế thu thêm
부과하다	Đóng thuế, tính vào
부담금	Tiền gánh chịu
부담하다	Gánh chịu
부도	Sự phá sản
부도수표	Ngân phiếu phá sản
부동산중개업소	Văn phòng môi giới bất động sản

부속물	Vật đi kèm, phụ tùng
부속품	Phụ tùng
부유하다	Nắm giữ, có giữ
부채	Nợ
부품	Phụ tùng
분양	Bán ra
분양가	Giá bán
분점	Cửa hàng chi nhánh
불경기	Nền kinh tế không tốt
불입금	Tiền nạp vào
불입액	Số tiền nạp vào
불입하다	Nạp tiền vào
불황	Tình hình kinh tế không tốt, khủng hoảng
비과세	Không đánh thuế
비매품	Hàng không bán
비상금	Tiền dự phòng
비수기	Thời kỳ bán không chạy hàng
비싸다	Đắt
비용	Chi phí
비자금	Tiền quỹ đen
빌려주다	Cho mượn
빌리다	Mượn, vay
빚 청산	Thanh toán nợ
빚	Nợ
빚쟁이	Người mang nợ, con nợ
빚지다	Gánh nợ, mang nợ

빵집	Nhà làm bánh
사다	Mua
사례금	Tiền tạ lễ, tiền quà
사비	Chi phí cá nhân chi ra, tư phí
사업	Công việc, việc làm ăn
사업자	Người làm ăn, người kinh doanh
사은품	Hàng dùng làm quà tạ ơn
사장	Giám đốc, người đứng đầu
사채	Nợ tư
사채업자	Người cho vay lấy lãi
상가	Khu buôn bán
상금	Tiền thưởng
상속세	Thuế thừa kế
상술	Thuật buôn bán
상업	Thương nghiệp
상업성	Tính thương mại
상여금	Tiền thưởng
상인	Thương nhân, thương gia
상점	Cửa hàng, cửa hiệu
상표	Thương hiệu
상품	Thương phẩm, hàng hóa
상품권	Phiếu mua hàng
새벽시장	Chợ ban mai, chợ đầu mối buổi sáng
생산	Sản xuất
생산구조	Cơ cấu sản xuất
생산자	Người sản xuất
생활비	Phí sinh hoạt

서점	Thư điếm, hiệu sách
선물	Quà tặng
선불	Tiền trả trước
선적서류	Chứng từ gửi hàng lên tàu
성과급	Lương khoán
성금	Tiền công quả
성수기	Thời kỳ bán chạy, thời kỳ tiêu thụ nhiều
세	Thuế
세계시장	Thị trường thế giới
세금	Tiền thuế
세무사	Người tư vấn về thuế, hay thu thuế hộ cho quốc gia
세무서	Cơ quan thuế
세뱃돈	Tiền lì xì dịp tết
세일	Việc bán hạ giá
소개비	Phí môi giới
소개수수료	Hoa hồng môi giới
소득	Thu nhập
소득세	Thuế thu nhập
소매	Việc buôn bán lẻ
소매가	Người buôn bán lẻ
소매가격	Giá bán lẻ
소매상	Cửa hàng buôn bán lẻ
소매시장	Chợ buôn bán lẻ
소모품	Hàng tiêu hao, hàng mau hỏng
소비	Tiêu thụ, tiêu dùng

소비구조	Cơ cấu tiêu dùng
소비생활	Sinh hoạt tiêu dùng
소비자	Người tiêu dùng
소비자경제	Nền kinh tế của người tiêu dùng
소비하다	Tiêu dùng
소포	Kiện hàng
손님	Khách
손익계산서	Bản tính thu chi lời lỗ, bảng cân đối kế toán
손해	Thiệt hại, lỗ
손해배상	Bồi thường thiệt hại
송금은행	Ngân hàng chuyển tiền
송금	Chuyển tiền
수금	Việc thu tiền
수당	Phụ cấp, tiền thù lao
수도요금	Tiền nước máy
수도일	Ngày giao nhận
수산시장	Thị trường thủy sản
수수료	Tiền hoa hồng, tiền lệ phí
수신	Thu tiền
수업료	Tiền học phí
수요	Nhu cầu, yêu cầu
수요와 공급	Cung và cầu
수요자	Người có nhu cầu
수익	Tiền lời
수익금	Tiền lời

수익률	Tỷ lệ lời
수입	Thu nhập
수입신고서	Khai báo nhập khẩu
수입신용장	Thư tín dụng nhập khẩu
수입어음	Hối phiếu nhập khẩu
수입원서	Giấy khai vào cảng
수입품	Hàng nhập khẩu
수출	Xuất khẩu
수출총매상	Kim ngạch xuất khẩu
수출품	Hàng xuất khẩu
수표	Hối phiếu, séc
순영수금	Thu nhập ròng
술집	Quán rượu, quán nhậu
슈퍼마켓	Siêu thị nhỏ, cửa hàng nhỏ
시가	Thời giá, giá thị trường
시세	Xu thế giá cả
시세	Giá thị trường
시장	Thị trường, chợ
시장가격	Giá thị trường
시장경제	Kinh tế thị trường
시장성	Tính thị trường
시장점유율	Tỷ lệ chiếm giữ thị trường, thị phần
시장조사	Điều tra thị trường
식비	Tiền ăn
신상품	Hàng mới
신용금고	Kho bạc

신용보증기금	Quĩ bảo lãnh tín dụng
신용장	Thư tín dụng
신용카드	Thẻ tín dụng
신장개업	Bắt đầu kinh doanh, khai trương
신탁	Tín thác
실물경제	Kinh tế vật chất thực
실물자산	Tài sản vật chất
실업가	Người thất nghiệp
실용품	Hàng thiết yếu
싸구려	Đồ rẻ tiền
싸다	Rẻ
쌀집	Cửa hàng gạo
쌈짓돈	Khoản tiền tích cóp
아끼다	Tiết kiệm
알뜰살뜰	Chắt chiu, tằn tiện
알뜰하다	Chắt chiu, tằn tiện
액면가	Giá trị bề mặt, mệnh giá
액수	Số tiền
야시장	Chợ đêm
약국	Hiệu thuốc, tiệm thuốc
약세	Xu thế vật giá, cổ phiếu đi xuống
약속어음	Tín phiếu cam kết chi trả
양도	Chuyển nhượng
양도조항	Điều khoản chuyển nhượng
양도증서	Giấy chuyển nhượng
양륙	Dỡ hàng

양륙비	Phí dỡ hàng
양수인	Người được chuyển nhượng
어음	Hối phiếu, tín phiếu
에누리	Việc giảm giá, hạ giá
엔	Đồng Yên Nhật
엔화	Tiền Yên
엥겔계수	Tỷ lệ tiền ăn trong chi phí sinh hoạt
여비	Chi phí đi du lịch
여신	Cho vay tiền
여행자수표	Séc cho người đi du lịch
연금	Tiền lương hưu
연말정산	Quyết toán cuối năm
연봉	Lương năm
연체료	Số tiền còn nợ, nợ cũ, tiền chưa thu
영수증	Hóa đơn
영업	Kinh doanh
영업사원	Nhân viên kinh doanh
예금	Tiền tiết kiệm
예금계정	Tài khoản tiền gửi kì hạn
예금보증	Phiếu lưu kho
예금주	Người gửi tiền tiết kiệm
예금증명서	Chứng nhận gửi tiền
예금하다	Gửi tiền tiết kiệm
예금	Tiền gửi
예비비	Chi phí dự phòng

예산	Dự toán, ngân sách
예치	Gửi, đặt trước
오름세	Xu thế giá đi lên
완구점	Tiệm đồ chơi
완성품	Hàng thành phẩm
완성품	Thành phẩm
완제품	Hàng hành phẩm
외상	Mua bán chịu
외상구매	Mua chịu
외채	Nợ nước ngoài
외판원	Người bán hàng bên ngoài
외화	Ngoại tệ
외화예산	Ngân sách ngoại hối
외화준비금	Dự trữ ngoại hối
외화	Ngoại tệ
외환	Ngoại hối
외환거래	Giao dịch ngoại hối
외환덤핑	Bán phá giá hối đoái
외환보유고	Kho dự trữ ngoại hối
외환비율	Tỷ giá hối đoái
외환시장	Thị trường ngoại hối
외환위기	Nguy cơ ngoại hối
외환은행	Ngân hàng ngoại hối
요금	Tiền, chi phí
용돈	Tiền tiêu vặt
용선계약	Hợp đồng thuê tàu
용선중개인	Môi giới thuê tàu

우대	Ưu đãi
우선 구매권	Quyền mua ưu tiên
우편송금	Chuyển tiền qua bưu điện
운송비	Phí chuyên chở
운송서류	Chứng từ gửi hàng
운송위험	Rủi ro chuyên chở
원	Tiền Won
원가	Giá gốc, giá thành
원금	Tiền gốc ban đầu
원료시장	Thị trường nguyên liệu
원화	Tiền Won
월급	Tiền lương
월부	Trả góp
월부금	Tiền trả góp
위문품	Hàng hóa cứu trợ, hàng thăm hỏi
위약금	Tiền phải trả khi vi phạm hợp đồng
위임자	Người ủy thác
위임장	Thư ủy thác
위자료	Chi phí bồi thường (danh dự, thân thể, sức khỏe, trinh tiết)
위조지폐	Tiền giả
위탁금	Tiền gửi
위탁판매	Bán ủy thác
유가증권	Chứng khoán có ghi giá
유료	Phải trả phí, mất phí

유사품	Hàng hóa tương tự
유통	Lưu thông
유통경로	Phương thức lưu thông
유통구조	Cấu trúc lưu thông
유통마진	Tiền lời từ lưu thông
유통망	Mạng lưu thông
유효수요	Nhu cầu thực tế
유효시세	Tỷ giá thực tế
융자	Khoản tiền cho vay, khoản tiền vay
은행	Ngân hàng
은행가	Khu phố ngân hàng
은행원	Nhân viên ngân hàng
은행장	Giám đốc ngân hàng
은화	Tiền bạc
음식점	Cửa hàng
이월	Chuyển sang năm tài chính khác
이월금	Số tiền chuyển sang kỳ khác
이윤	Lợi nhuận
이익금	Tiền lời
이자	Lãi suất
이자율	Tỷ lệ lãi suất
이체	Trả, thanh toán chi phí
인건비	Chi phí nhân lực
인력시장	Thị trường nhân lực
인상	Nâng, tăng
인하	Giảm xuống, giảm

일당	Mỗi ngày
일시불	Trả một lần
임금	Tiền lương
임대	Thuê mướn (đồ vật)
임대가	Người cho thuê mướn (đồ vật)
임대가격	Giá thuê
임대료	Tiền thuê, tiền mướn (gì đó)
임대하다	Thuê mướn
입금	Bỏ tiền vào, gửi tiền vào
입찰	Đấu thầu
자금	Vốn, quĩ
자기앞수표	Séc cá nhân chi trả
자본	Vốn, tư bản
자본가	Nhà tư bản
자본금	Tiền vốn, vốn đầu tư, vốn
자비	Chi phí do mình, tiền của mình
자선바자회	Hội gom tiền từ thiện
자영업	Tự kinh doanh
잔고	Tiền còn lại
잔금	Số tiền còn lại sau khi dùng
잔돈	Tiền lẻ
잔액	Số tiền còn lại
잡비	Chi phí tổng hợp, chi phí lung tung
잡화성	Cửa hàng tạp hóa
잡화점	Cửa hàng tạp hóa
장기채권	Trái phiếu dài hạn

장려금	Tiền khuyến khích, tiền thưởng
장보다	Đi chợ
장부	Sổ sách, sổ ghi chép
장사	Buôn bán, làm ăn
장사꾼	Dân buôn bán
장사하다	Buôn bán
장터	Chợ, khu vực buôn bán
장학금	Tiền học bổng
재고	Tồn kho
재고정리	Thanh lý tồn kho
재고품	Hàng tồn kho
재래시장	Thị trường chợ trời
재무	Tài vụ, tài chính
재물	Tiền bạc và vật chất
재벌	Tài phiệt
재산	Tài sản
재산세	Thuế tài sản
재정	Tài chính
재화	Tiền bạc và tài sản
재활용	Tái sử dụng
재활용품	Hàng tái sử dụng
저가	Giá thấp
저금	Việc gửi tiền tiết kiệm
저금하다	Gửi tiết kiệm
저당	Thế chấp
저렴하다	Rẻ

저축	Tiết kiệm, tích góp
적금	Tiền tiết kiệm
적립	Tích lũy, tích góp, tích trữ
적립금	Tiền tích lũy
적자	Lỗ
전기요금	Tiền điện
전당포	Tiệm cầm đồ
전화요금	Tiền điện thoại, phí điện thoại
전화카드	Thẻ điện thoại
절약하다	Tiết kiệm.
점원	Nhân viên bán hàng
점포	Cửa hàng
정가	Giá cố định
정기예금	Tiền tiết kiệm định kỳ
정기적금	Tiền tiết kiệm định kỳ
정미소	Trạm xát gạo
정액권	Vé tháng, vé năm
정치자금	Quĩ chính trị
제과점	Tiệm làm bánh
제조하다	Chế tạo, sản xuất
제품	Chế phẩm, hàng hóa
제품시장	Thị trường hàng hóa
조달하다	Huy động vốn
조세	Thuế
조폐공사	Công ty in tiền
조합	Tổ hợp

조합원	Nhân viên tổ hợp
종합금융사	Công ty tín dụng tổng hợp
주가	Giá cổ phiếu
주가지수	Chỉ số giá cổ phiếu
주거비	Chi phí ở
주급	Lương trả theo tuần
주머닛돈	Tiền trong túi, tiền riêng
주문	Đặt hàng
주문생산	Sản xuất theo đơn đặt hàng
주문서	Đơn đặt hàng
주문하다	Đặt hàng
주민세	Thuế đánh vào đầu người, thuế cư trú
주식 가격	Giá cổ phiếu
주식	Cổ phiếu
주식시장	Thị trường cổ phiếu
주유소	Trạm xăng
주주	Cổ đông
중간상인	Thương nhân trung gian, môi giới
중개업자	Người trung gian, người làm môi giới
중개인	Người trung gian, người môi giới
중계무역	Mậu dịch trung gian
중고품	Hàng cũ, hàng secondhand
중소기업	Doanh nghiệp vừa và nhỏ

중앙시장	Thị trường chính
중앙은행	Ngân hàng trung ương
중저가	Giá hơi rẻ, giá rẻ một chút so với bình thường
증권 시장	Thị trường chứng khoán
증권	Chứng khoán
증권거래소	Trung tâm giao dịch chứng khoán
증권시장	Thị trường chứng khoán
증권회사	Công ty chứng khoán
증여세	Thuế cho tặng
지급	Chi trả
지물포	Cửa hàng bán giấy dán tường, tấm trải nền
지방세	Thuế địa phương
지불	Chi trả
지역시장	Thị trường khu vực
지점	Địa điểm, chi nhánh
지출	Doanh số đầu ra
지출하다	Chi trả, chi ra, chi tiền
지폐	Tiền giấy
직거래	Giao dịch trực tiếp
직불	Trả trực tiếp
직불카드	Thẻ trả tiền trực tiếp
직원	Nhân viên
직장	Nơi làm việc
직접세	Thuế trực tiếp
진열대	Kệ trưng bày
진열장	Sàn trưng bày, nơi trưng bày

진열하다	Trưng bày
진품	Hàng thật
집세	Tiền thuê nhà
징수	Trưng thu
차용	Mượn, vay, thuê
차용증서	Giấy xác nhận vay tiền
차용하다	Vay, mượn, thuê
찬조금	Tiền hỗ trợ
찻집	Quán trà
창구	Quầy tiếp khách
채권	Trái phiếu, hối phiếu
청구	Yêu cầu
청구서	Phiếu yêu cầu
체납하다	Trả chậm, trả muộn
최상품	Hàng tốt nhất
축의금	Tiền chúc mừng (đám cưới, tân gia)
출금	Xuất tiền
출납	Xuất và nạp vào
출자	Tham gia vốn, xuất tiền tham gia
치르다	Kêu, gọi giá
카드 빚	Tiền nợ do dùng thẻ
카드	Thẻ
토산품	Đặc sản địa phương
토지세	Thuế đất
통산	Tính tổng, tính hết tất cả
통장	Sổ, sổ sách

통화	Ngoại tệ sử dụng
통화팽창	Chính sách bành trướng bằng sử dụng ngoại tệ
투기	Đầu cơ
투기꾼	Dân đầu cơ
투자	Đầu tư
투자가	Người đầu tư
투자신탁	Đầu tư ủy thác
투자자	Nhà đầu tư
특별소비세	Thuế tiêu thụ đặc biệt
특산물	Đặc sản
판돈	Tiền nướng vào chiếu bạc
판매	Bán hàng
판매고	Doanh số bán ra
판매액	Doanh số bán
판매업자	Doanh nghiệp bán lẻ
판매원	Nhân viên bán hàng
판매하다	Bán hàng
팔다	Bán
편의점	Cửa tiệm, căng tin
평가절상	Nâng giá trị đồng tiền
평가절하	Làm giảm giá trị đồng tiền, phá giá đồng tiền
폐업	Ngưng kinh doanh, đóng cửa
폐점	Bỏ tiệm, đóng cửa tiệm
폐품	Phế phẩm
포상금	Tiền thưởng

폭리	Lợi ích không chính đáng
푼돈	Tiền lẻ
품목	Danh mục
품삯	Giá hàng hóa, tiền hàng
품질	Chất lượng
품팔이	Làm ăn công nhật
풍부하다	Phong phú
풍족하다	Đầy đủ, sung túc
학비	Học phí
학용품	Đồ dùng học sinh
한국은행	Ngân hàng trung ương Hàn Quốc
할부	Trả góp
할부금	Tiền trả góp
할인	Giảm giá
할인가	Giá đã giảm
할인매장	Nơi bán giảm giá
할인품목	Danh mục hàng giảm giá
할증료	Tiền phụ thu
합계	Tổng toán, tổng
현금	Tiền mặt
현금지급기	Máy rút tiền mặt, ATM
현금카드	Thẻ tiền mặt
현찰	Tiền mặt
호황	Thời kỳ kinh tế thịnh vượng
화폐	Tiền tệ
화폐가치	Giá trị tiền tệ

환불	Trả lại tiền, hoàn lại tiền
환산	Chuyển cách tính, tính theo đơn vị khác
환율	Tỷ giá
환전	Đổi tiền
회비	Phí hội viên
회사	Công ty, doanh nghiệp
회수금	Tiền thu lại
회장	Chủ tịch
후불	Trả sau
휴업	Nghỉ việc
흑자	Có lãi, có lời
흥정	Mặc cả

국방

간첩	Gián điệp
간호사관학교	Trường đào tạo y tá, trường quân y
강적	Kẻ địch mạnh
개선	Cải tiến
게릴라전	Trận du kích
격전	Trận đánh ác liệt
격전지	Trận địa ác liệt
결투	Quyết đấu
계급	Cấp bậc
계급장	Quân hàm
공격	Tấn công, công kích
공격개시	Bắt đầu tấn công
공군	Không quân
공군사관학교	Trường sĩ quan không quân
공병	Công binh
공수부대	Đội quân tiếp viện bằng đường hàng không hoặc lính dù
공습	Không tập
국가유공자	Người có công với đất nước
국군	Quân đội nhân dân
국군병원	Bệnh viện quân đội

국군의 날	Ngày thành lập quân đội nhân dân	국방
국방	Quốc phòng	
국방부	Bộ Quốc phòng	
국방부장관	Bộ trưởng bộ Quốc phòng	
국지전	Chiến tranh cục bộ	
국토방위	Bảo vệ đất đai	
군가	Quân ca, tiến quân ca	
군기	Kỷ luật quân đội	
군기	Sĩ khí chiến đấu	
군대	Quân đội	
군무원	Sĩ quan	
군번	Mã số quân đội	
군법	Quân pháp	
군복	Quân phục	
군복무	Phục vụ trong quân đội	
군비제한	Hạn chế trang bị quân sự, giải trừ quân bị	
군사	Quân sự	
군사개입	Can thiệp quân sự	
군사고문	Cố vấn quân sự	
군사고문단	Đoàn cố vấn quân sự	
군사교육	Giáo dục quân sự	
군사기밀	Bí mật quân sự	
군사기지	Căn cứ quân sự	
군사도시	Thành phố quân sự	
군사동맹	Đồng minh quân sự	

군사력	Sức mạnh quân sự
군사법원	Tòa án quân sự
군사분계선	Giới tuyến quân sự
군사비	Chi phí quân sự
군사시설	Thiết bị, cơ sở vật chất quân sự
군사우편	Bưu phẩm quân sự
군사위성	Vệ tinh quân sự
군사재판	Tòa án binh
군사정책	Chính sách quân sự
군사지도	Bản đồ quân sự
군사지역	Khu vực quân sự
군수뇌부	Đầu não quân sự, trung tâm quân sự
군수물자	Vật tư quân sự
군수품	Hàng hóa quân sự
군악대	Đoàn quân nhạc
군용	Quân dụng
군용기	Máy bay quân dụng
군용도로	Đường dành cho quân sự
군용지	Đất quân sự
군용차	Xe quân sự
군의관	Bác sĩ quân đội
군인	Quân nhân
군장	Quân trang
군장비	Trang bị quân sự
군함	Chiến hạm

군항	Cảng quân sự	
군화	Giày quân sự	군사
굴복하다	Khuất phục	
권총	Súng ngắn	
기관총	Súng máy	
기병	Khởi binh hoặc kỵ binh	
기병대	Đội kỵ binh	
기지	Căn cứ	
낙하산	Dù, nhảy dù	
냉전	Chiến tranh lạnh	
단검	Kiếm ngắn	
대대	Tiểu đoàn	
대령	Đại tá	
대위	Đại úy	
대장	Đại tướng	
대포	Đại pháo	
돌격	Đột kích	
돌격대	Đội đột kích	
따발총	Súng kiểu Nga (súng liên thanh)	
매복하다	Mai phục	
무기	Vũ khí	
무기산업	Ngành công nghiệp vũ khí	
무장하다	Vũ trang	
무장해제	Giải giáp vũ trang	
미사일	Tên lửa	
민방위대	Dân phòng	

박격포	Súng cối
발사하다	Bắn, phóng
발포하다	Bắn pháo
방독면	Mặt nạ phòng độc
방아쇠	Cò súng
방어	Phòng ngự
방패	Cái khiên
병력	Binh lực
병무청	Cục quân vụ
병사	Binh sĩ
병역	Binh dịch
병영	Trại lính
병장	Binh nhất
보급품	Hàng cứu trợ
보병	Bộ binh
복무	Phục vụ
부관	Sĩ quan
부대	Bộ đội
부상병	Thương binh
부하	Bộ hạ, lính
분쟁	Tranh chấp
불침번	Gác đêm
비무장지대	Khu vực phi vũ trang
사격	Xạ kích, bắn
사관	Sĩ quan
사관학교	Trường sĩ quan

사단	Sư đoàn
사령관	Viên tư lệnh
사령부	Bộ tư lệnh
사병	Binh sĩ
사수	Tử thủ
상관	Sĩ quan cấp trên
상사	Thượng sĩ
생포하다	Bắt sống
생화학 전	Trận chiến sinh hóa học
세계대전	Đại chiến thế giới
소대	Trung đội
소령	Thiếu tá
소위	Thiếu úy
소장	Thiếu tướng
손자병법	Binh pháp Tôn tử
수류탄	Lựu đạn
수비 망	Mạng phòng ngự
수비	Phòng ngự
수비군	Quân phòng ngự
수비대	Đội phòng ngự
습격	Tập kích
승리	Chiến thắng
승전	Thắng trận
승전국	Nước thắng trận
시한폭탄	Bom hẹn giờ
싸우다	Chiến đấu

싸움	Cuộc chiến
싸움터	Chiến trường
쏘다	Bắn
아군	Quân ta
여군	Nữ quân nhân
영관	Vinh quang
예비역	Lính dự bị
요새	Cứ điểm
용감무쌍하다	Rất dũng cảm
용맹하다	Dũng mãnh
용사	Dũng sĩ
운전병	Lính lái xe
원수	Kẻ thù
위생병	Lính phụ trách vệ sinh
유격대	Đội du kích
유격전	Trận chiến du kích
육군	Lục quân
육군사관학교	Trường sĩ quan lục quân
육탄전	Trận chiến giáp lá cà
의무병	Lính nghĩa vụ
의용군	Quân cảm tử
이기다	Thắng, chiến thắng
이등병	Binh nhì
인해전술	Chiến thuật lấy thịt đè người, chiến thuật biển người
일등병	Binh nhất
입대	Vào quân đội

입대하다	Nhập ngũ
작전	Tác chiến
잠수정	Tàu ngầm (nhỏ)
잠수함	Tàu ngầm
장갑차	Xe bọc thép
장관급	Cấp Bộ trưởng
장교	Sĩ quan cấp úy trở lên
장군	Tướng
적	Địch, kẻ thù
적국	Nước địch
적군	Quân địch
적지	Đất của địch
적진	Doanh trại quân địch
전략	Chiến lược
전략가	Nhà chiến lược
전방	Tiền tuyến
전사	Chết trận
전사	Chiến sĩ
전사	Lịch sử chiến tranh
전선	Chiến tuyến
전술	Chiến thuật
전술가	Nhà chiến thuật
전승	Chiến thắng
전역	Khu vực chiến đấu
전우	Chiến hữu
전우애	Tình chiến hữu

전장	Chiến trường
전쟁	Chiến tranh
전쟁고아	Trẻ mồ côi chiến tranh
전쟁터	Chiến trận
전차	Chiến xa, xe tăng
전투	Chiến đấu
전투기	Máy bay chiến đấu
전투력	Sức chiến đấu
전투복	Áo quần dùng cho chiến đấu
전투부대	Bộ đội chiến đấu
전투하다	Chiến đấu
전투함	Tàu chiến
정규군	Quân chính qui
정보	Tình báo
정찰	Trinh sát
제대	Sự giải ngũ
제대하다	Giải ngũ
제독	Khử độc
졸병	Lính quèn
주둔지	Nơi đóng quân
준위	Chuẩn úy
준장	Chuẩn tướng
중대	Trung đội (25 người)
중령	Trung tá
중사	Trung sĩ
중위	Trung úy

중장	Trung tướng
지다	Thua
지략	Trí lực
지뢰	Mìn
지역 전	Trận đánh cục bộ
지원군	Quân chi viện
지원병	Lính chi viện, quân chi viện
지원부대	Bộ đội chi viện
지휘관	Sĩ quan chỉ huy
진격	Tấn công
진급	Lên chức, lên cấp bậc
진급하다	Thăng cấp
진영	Doanh trại
진지	Chiến địa
징병	Chiêu binh
징집	Mộ binh
참모총장	Tổng tham mưu trưởng
참전	Tham chiến
참전국	Nước tham chiến
참전용사	Dũng sĩ tham chiến
참호	Chiến hào
창	Cây thương
천하무적	Vô địch thiên hạ
철모	Mũ sắt
첩보	Tin tình báo
쳐들어가다	Xông vào, xộc vào

총	Súng
총검	Súng gươm, lưỡi lê
총알	Đạn
총알받이	Bia đỡ đạn
최루탄	Lựu đạn cay
취사병	Lính nấu nướng, lính hậu cần
침공	Xâm lăng
침략	Xâm lược
침투	Thâm nhập
칼	Dao
탄환	Đạn
탈영	Trốn trại, đào ngũ
탈영병	Lính đào ngũ
탈환	Giành lại, giật lại
탱크	Xe tăng
통신병	Lính thông tin
퇴각	Lùi ra sau
투쟁	Trận chiến, đấu tranh
투항	Đầu hàng
특공대	Đội đặc công
특수부대	Bộ đội đặc biệt
패배	Thua trận
패잔병	Thương bệnh binh
패전	Thua trận
패전국	Nước thua trận
포로	Tù binh

포로수용소	Nơi giữ tù binh
포병	Pháo binh
폭격	Bắn
폭발	Nổ
폭약	Thuốc nổ
폭탄	Bom
폭파	Bộc phá
피난	Tránh nạn
피난민	Dân chạy nạn
하사	Hạ sĩ
하사관	Hạ sĩ quan
하사관학교	Trường hạ sĩ quan
함락	Thất thủ
항복	Sự đầu hàng
항복하다	Đầu hàng
해군	Hải quân
해군사관학교	Trường sĩ quan hải quân
해병대	Bộ đội hải quân
핵무기	Vũ khí hạt nhân
핵전쟁	Chiến tranh hạt nhân
핵폭탄	Bom hạt nhân
행군	Hành quân
행정병	Lính hành chính
헌병	Hiến binh
헌병대	Đội hiến binh
헬기	Máy bay trực thăng

화생방전	Chiến tranh hóa sinh và phóng xạ
화약	Thuốc nổ
화염방사기	Súng phun lửa
화포	Súng
후방	Hậu phương
후퇴	Lùi ra sau
훈련	Huấn luyện
훈련병	Lính huấn luyện
훈련소	Trại huấn luyện
훈련조교	Trợ giáo huấn luyện
훈장	Huân chương
휴전	Đình chiến
휴전선	Chiến tuyến đình chiến
흉기	Hung khí

동작

동작

가꾸다	Tỉa, chăm sóc (cây)
가누다	Chỉnh trang cho nghiêm chỉnh (bản thân mình)
가다	Đi
가다듬다	Sắp xếp, điều chỉnh lại
가동하다	Khởi động, vận hành
가라앉다	Chìm đắm, lắng dịu
가르치다	Dạy
가리다	Giấu, che
가리키다	Chỉ, biểu thị
가불하다	Trả trước, ứng trước
가열하다	Đun nóng, làm nóng
각성하다	Nhận thức, tỉnh thức, tỉnh ngộ
간병하다	Chăm sóc, trông nom (người bệnh)
간섭하다	Can thiệp
간청하다	Van xin, tha thiết yêu cầu
간호하다	Giám hộ, chăm sóc
갈라놓다	Chia ra, phân tách ra
갈라서다	Chia tay nhau
갈라지다	Tách ra, phân nhánh
갈아입다	Thay (đồ)

깎다	Gọt, đẽo
감금하다	Giam hãm, cầm tù
감동하다	Cảm động, xúc động
감독하다	Giám sát
감소하다	Suy giảm, hạ bớt, tụt xuống
감추다	Giấu, che
강요하다	Bắt buộc, đòi hỏi, thúc ép
갖추다	Có, trang bị
개다	Bới, tháo ra
개발하다	Khai thác, phát triển
개선하다	Cải thiện, đổi mới
개입하다	Can thiệp vào, xen vào
개조하다	Cải tạo, tái thiết
거동하다	Cử động
거부하다	Từ chối, phủ nhận, bác bỏ
거절하다	Khước từ, từ chối, không thừa nhận
걱정하다	Lo lắng, phiền muộn, lo âu
건너다	Băng qua, vượt qua
건배하다	Nâng ly, cụng ly
건설하다	Kiến thiết, kiến tạo, xây dựng
건지다	Kéo lên, múc lên, vớt
건축하다	Kiến trúc, xây dựng
걷다	Bước đi
검거하다	Bắt giữ, vây bắt
검사하다	Kiểm tra, thanh tra
검진하다	Khám, kiểm tra (sức khỏe)
겁내다	Sợ hãi, kinh hoàng, hoảng sợ

게우다	Nôn ra, mửa ra, ọc ra
게임하다	Chơi trò chơi
겨누다	Nhắm, nhe
격려하다	Động viên, cổ vũ, khích lệ
견디다	Chịu đựng
결박하다	Cột, buộc, trói, giữ chặt
결정하다	Quyết định
경계하다	Cảnh giác, canh phòng, thận trọng
경멸하다	Khinh miệt, khinh bỉ, ghen ghét
경작하다	Cày cấy, trồng trọt, canh tác
경험하다	Kinh nghiệm, trải qua
계량하다	Cân nhắc, đắn đo
계측하다	Đo lường
고려하다	Xem xét, cân nhắc, quan tâm, lưu ý
고민하다	Suy nghĩ, lo lắng
고백하다	Thú nhận, khai thực
고생하다	Khổ cực, vất vả
고치다	Sửa chữa, chỉnh đốn, phục hồi
골라내다	Lựa chọn ra
공격하다	Đột kích, tấn công
공약하다	Thề, hứa, tự cam kết
관찰하다	Quan sát
괴다	Gom lại, tụ lại
교대하다	Thay phiên, đổi phiên, đổi ca
교류하다	Giao lưu
교제하다	Giao du với, kết bạn với

교환하다	Đổi, hoán chuyển
구르다	Lăn, xoay xoay
구박하다	Bạc đãi, hành hạ, đối xử tệ
구별하다	Phân biệt
구성하다	Cấu thành, thành lập, tổ chức
구타하다	Tấn công, hành hung ai
구하다	Tìm kiếm
굴리다	Lăn bóng, xao lãng, thờ ơ cẩu thả, bỏ mặc
굽다	Chiên
굶다	Nhịn đói
권장하다	Khuyến khích
귀가하다	Quy gia, về nhà
귀향하다	Quy hương, về quê hương
규명하다	Thẩm tra, làm rõ
규탄하다	Phê bình, chỉ trích, khiển trách, lên án
그만두다	Ngưng lại, nghỉ việc
극복하다	Khắc phục
근절하다	Nhổ bật rễ, trừ tận gốc
근접하다	Tiếp cận, đến gần, gần kề
긋다	Gạch, đánh dấu
기록하다	Ghi chép, ghi vào sổ
기약하다	Hứa hẹn, cam kết, cam đoan
기원하다	Khởi đầu, bắt đầu, bắt nguồn
긴장하다	Căng thẳng, hồi hộp
긷다	Kéo, bơm
깨뜨리다	Đập nát, đập tan

꺼지다	Dập tắt, tắt lửa, tắt đèn
꼬다	Se, bện, cuốn, cuộn
꾀다	Tụ vào, bu vào
꾸리다	Bó, gói, bọc, bao lại
꾸미다	Trang trí
꿈꾸다	Mơ, mơ mộng
꿰매다	Khâu
끄르다	Cởi bỏ, xóa, làm hỏng, tháo gỡ
끄덕이다	Gật đầu
끌다	Lôi, kéo ý, kéo lê thê, kéo dài
끝마치다	Kết thúc
나르다	Chở, chuyên chở, vận chuyển
나열하다	Xếp thành hàng
낙하하다	Rơi xuống, ngã xuống, rơi tự do
날조하다	Bịa đặt, bịa chuyện, hư cấu
납치하다	Bắt cóc
낭송하다	Học thuộc lòng
내밀다	Lòi ra, lộ ra
내쫓다	Đuổi ra
넘기다	Đưa qua, chuyển cho
노려보다	Nhìn chằm chằm
녹음하다	Thu âm
논평하다	Bình phẩm, luận bình
농담하다	Nói đùa, đùa cợt
누르다	Ấn xuống, đè xuống
누비다	Nhồi bông
늑장부리다	Nhởn nhơ, la cà, lêu lổng, lê mề, lười nhác

다그치다	Dồn dập
다다르다	Đi đến, với đến, đạt đến chỗ
다물다	Đóng, khép, ngậm
다스리다	Cai trị, cai quản
단념하다	Bỏ, từ bỏ, bỏ rơi, buông thả
단절하다	Cắt, chặt, bổ ra, tách rời ra, tách ra
달래다	An ủi
담소하다	Rụt rè, nhút nhát, bẽn lẽn
대꾸하다	Cãi lại, đáp lại, đối đáp lại
대들다	Làm ầm ỹ
대립하다	Chống lại, phản đối, đương đầu
대출하다	Chi trả, cho vay, cho mượn
던지다	Vứt, ném
덮다	Đậy lại
도망하다	Chạy trốn, tháo chạy
도배하다	Dán dính (vào tường)
도착하다	Đến đích
돌보다	Chăm sóc, trông nom
돌아서다	Quay lưng,
돕다	Giúp đỡ
동요하다	Dao động
동정하다	Đồng tình, thông cảm, ủng hộ
되다	Được, trở thành
되받아 치다	Đánh lại
두드리다	Đánh nhẹ, gõ nhẹ
둘러보다	Nhìn xung quanh
뒤집다	Lật ngược, lục lọi

드나들다	Ra vào, vào ra
들다	Cầm, nắm
따다	Hái
따지다	Gặng hỏi, vặn vẹo
떠돌다	Lan truyền, đồn ra
떠보다	Nắm bắt
떼다	Bóc, tháo, cởi
뛰다	Nhảy
뜨다	Nổi lên
띠다	Thắt, cột
마르다	Khát
만족하다	Thỏa lòng, mãn nguyện
말다툼하다	Tranh luận, cãi nhau
맛보다	Nếm thử
맞장구 치다	Phụ họa, theo người khác
맡기다	Giao phó
매다	Trói buộc, cột thắt; dẫy cỏ, nhổ cỏ dại
맹세하다	Thề nguyền, tuyên thệ
맺다	Thắt
멎다	Dừng lại, ngưng lại
메우다	Đổ đầy, lấp đầy
멸시하다	Miệt thị, khinh bỉ
목격하다	Chứng kiến
무르다	Mềm mại, ẻo lả, bủn nhũn, thiếu sinh lực
무장하다	Vũ trang, trang bị vũ khí
묶다	Cột

문책하다	Trách móc
바치다	Biếu tặng, dâng cúng
반론하다	Phản đối lại
반죽하다	Nhào (bột)
발생하다	Phát sinh
방영하다	Phản ánh
배출하다	Tuôn ra, thải ra, đào tạo ra
발표하다	Phát biểu, công bố
벗다	Cởi ra
변호하다	Biện hộ, bào chữa, chống đỡ
보도하다	Báo cho biết
보존하다	Bảo tồn
복습하다	Luyện tập
불평하다	Bất bình
비우다	Bỏ trống, bỏ không
빌려주다	Cho mượn
빨래하다	Giặt giũ
뽑다	Bầu ra, bốc ra
사격하다	Nổ súng, bắn
사귀다	Quen biết, kết bạn
사절하다	Từ chối, khước từ, phủ nhận
사죄하다	Xin lỗi, tạ lỗi
살해하다	Giết, sát hại
상기하다	Giận, nổi nóng
선고하다	Tuyên án, phán quyết, tuyên bố
서약하다	Cam kết
선포하다	Công bố, tuyên bố

설립하다	Thành lập
설치다	Cài đặt, láp ráp
소리치다	Lên tiếng
솟다	Vượt lên, bay vút lên
수락하다	Chấp thuận, đồng ý
수선하다	Sửa chữa, tu bổ, phục hồi
시치다	Khâu, lượt, dính tạm
시키다	Gọi
식별하다	Phân biệt
신고하다	Khai báo
실언하다	Nói lỡ lời
썩다	Thối, hư, hỏng
아부하다	Nịnh hót, bợ đỡ, nịnh nọt ai
암기다	Ám hiệu
애도하다	Sầu khổ, đau buồn, thương tiếc (người chêt
야단치다	La mắng, quát tháo
얽다	Kết lại, quấn lại
어르다	Tung, tung nhẹ, nựng nịu, vuốt ve, mơn trớn
연상하다	Liên tưởng
예견하다	Nhìn thấy trước, dự kiến, đoán trước, biết trước
예찬하다	Khen, tán dương
외다	Học thuộc
외치다	La ó, la lên
운송하다	Giao hàng, vận chuyển
울먹이다	Sắp bật khóc

웃다	Cười
유보하다	Lưu lại, tạm hoãn
응시하다	Ứng thi
입장하다	Đi vào trong
자르다	Cắt
잠그다	Khóa
잡다	Cầm, nắm, bắt
재다	Đo lường, đánh giá; cân nhắc
적발하다	Vạch trần, phơi bày
접대하다	Tiếp đãi
제대하다	Giải ngũ
조각하다	Điêu khắc, chạm trổ
조작하다	Chế tác
주장하다	Chủ trương, chủ ý
중얼거리다	Lầm bầm, càu nhàu một mình
지적하다	Chỉ ra, chỉ trích
진료하다	Trị liệu, chữa bệnh
짓밟다	Chà đạp,
찌르다	La, hét, sủa
찧다	Đâm, giã, nghiền, xay, bóc vỏ
차단하다	Ngăn, chặn, cắt đứt
착복하다	Mặc
참가하다	Tham gia
처벌하다	Trừng trị, trừng phạt
추다	Nhảy múa, khiêu vũ
추론하다	Suy luận
출세하다	Xuất thế

치르다	Chi trả, trả công, thanh toán
캐다	Đào, xới, khai quật lên,
켜다	Thiêu đốt, nhen nhúm, bật, thắp
탓하다	Đổ lỗi
탑승하다	Đi, đáp (tàu, máy bay)
통보하다	Thông báo
튀기다	Chiên
파멸하다	Phá hủy
폐쇄하다	Bãi bỏ
피우다	Hút
핥다	Liếm láp
해치다	Làm hại
허물다	Làm cho hư
허가하다	Cho phép
헤매다	Lang thang
호출하다	Kêu gọi, kêu to, triệu tập, nhắn tin
홀리다	Ngớ ngẩn, mất hồn
환호하다	Hoan hô
후비다	Xúc, cào, đào, bới lên
훔치다	Ăn cắp vặt, lấy trộm, chôm
흩다	Rải rác, phân tán, rối tung, rối bời
희생하다	Hy sinh
흥정하다	Mặc cả
힘쓰다	Dùng sức

병과 치료

가래	Đờm
가려움증	Chứng ngứa
가루약	Thuốc bột
가슴앓이	Đau bụng, buồn bực trong lòng
각막염	Viêm giác mạc
간 경화증	Chứng xơ gan
간병인	Người chăm sóc bệnh
간암	Ung thư gan
간염	Viêm gan
간질	Bệnh động kinh
간호사	Y tá
감기	Cảm cúm
감기약	Thuốc cảm cúm
감염	Lây nhiễm
강심제	Thuốc trợ tim
개인병원	Bệnh viện tư nhân
건강	Sức khỏe, mạnh khỏe
건망증	Chứng hay quên, chứng đãng trí
검진하다	Kiểm tra sức khỏe
걸리다	Mắc, lây phải bệnh

결막염	Viêm kết mạc
결핵	Bệnh lao
경련	Bệnh động kinh
경상	Vết thương nhẹ
고막염	Viêm màng nhĩ
고열	Sốt cao
고혈압	Cao huyết áp
골다공증	Bệnh loãng xương
골병	Bệnh kín trong người, bệnh nặng
골수 암	Ung thư tủy
골수염	Viêm tủy
골절상	Vết thương do xương gãy
곪다	Lên mủ, mọc mủ
과로	Quá sức
관절	Khớp
관절염	Viêm khớp
교정하다	Sửa bản in
구급약	Thuốc cấp cứu
구급차	Xe cấp cứu
구충제	Thuốc xổ giun
구토	Nôn mửa
귓병	Bệnh tai
근시	Cận thị
근육통	Đau cơ bắp
급성	Cấp tính

급성출혈결막염	Viêm kết mạc chảy máu cấp tính
기절	Ngất xỉu
기침	Ho
꾀병	Bệnh giả vờ
나병	Bệnh cùi, bệnh phong
난소염	Viêm buồng trứng
난시	Loạn thị
난청	Điếc, khiếm thính
난치병	Bệnh khó điều trị
낫다	Khỏi bệnh
내과	Nội khoa
내복약	Thuốc uống
노망	Bệnh hay quên
노안	Bệnh mắt (do nhiều tuổi sinh ra)
녹내장	Bệnh đục tinh thể
뇌막염	Viêm màng não
뇌사	Sự chết não
뇌염	Viêm não
뇌졸중	Bệnh đột quỵ
뇌출혈	Bệnh xuất huyết não
뇌파손	Chấn thương sọ não
뇌혈관파열	Tai biến mạch máu não
눈병	Bệnh mắt
늑막염	Tràn dịch màng phổi
다래끼	Ghèn mắt, ghèn

다치다	Bị thương
담낭염	Viêm túi mật
당뇨병	Bệnh đái đường
대장염	Viêm đại tràng
독감	Bệnh cảm cúm nặng
돌림병	Bệnh dịch
동맥경화증	Bệnh xơ cứng động mạch
동상	Nứt da (do lạnh)
두드러기	Bệnh nổi ngứa, bệnh dị ứng, mề đay
두통	Đau đầu
두통약	Thuốc đau mắt
디스크	Đĩa cột sống
뜸	Giác nóng, giác thuốc
마비	Tê liệt, liệt, bại liệt
마취제	Chất gây mê
만성비염	Viêm mũi mãn tính
말라리아	Bệnh sốt rét
매독	Bệnh giang mai
맹장	Ruột thừa
맹장염	Viêm ruột thừa
머리 아프다	Đau đầu
멀미	Say tàu xe, thuyền
멍	Vết bầm của vết thương
멍울	Vết u, vết sưng
면역	Miễn dịch

병과 치료

목발	Chân gỗ, nạng gỗ
몸살	Mỏi mệt
몽유병	Bệnh mộng du
무좀	Nhọt nước, ghẻ nước
문병	Thăm bệnh
물약	Thuốc nước
물집	Mụn nước
반신불수	Bán thân bất toại
반창고	Băng keo vết thương dính
발목삐다	Trặc cổ chân
발병하다	Phát bệnh
발작	Nổi lên đột ngột, bùng nổ
발진	Mụn nhọt
방광염	Viêm bàng quang
방사선과	Khoa phóng xạ
방사선치료	Trị liệu bằng tia phóng xạ
배탈	Đau bụng, đi tiêu chảy
백내장	Đục thủy tinh thể
백일해	Bệnh viêm phế quản ở trẻ em
백혈병	Bệnh máu trắng
버짐	Bệnh viêm da, mụn viêm ở mặt
베이다	Bị đứt, cắt
변비	Táo bón
변비약	Thuốc táo bón
병	Bệnh
병균	Bệnh khuẩn

병들다	Mắc bệnh
병문안	Thăm bệnh
병문안 (가다)	Thăm bệnh
퇴원 (하다)	Xuất viện
병실	Phòng bệnh
병에 걸리다	Mắc bệnh
병원	Bệnh viện
병이 낫다	Khỏi bệnh
병치레	Bệnh tật
보약	Thuốc bổ
복용방법	Cách uống thuốc
복용하다	Uống thuốc
복통	Đau bụng
볼거리	Bệnh quai bị
붕대	Băng (để băng bó)
부상	Bị thương
부스럼	Ung, nhọt
부작용	Tác dụng phụ
부황	Bệnh da vàng và sưng lên
불면증	Chứng mất ngủ
불치병	Bệnh không chữa được, bệnh nan y
비뇨기과	Khoa tiết niệu
비만	Béo phì
비염	Viêm da
비타민	Vitamin

빈혈	Bệnh thiếu máu
뼈 석회화	Thoái hóa xương, vôi hóa cột sống
뼈가 부러지다	Gãy xương
비비다	Dụi, xoay xoay (vào mắt)
사고를 당하다	Bị tai nạn
사상자	Người bị thương
산부인과	Khoa sản phụ
산부인과처방	Đơn thuốc
상사병	Bệnh tương tư
상처	Vết thương
생리통	Kinh nguyệt, sinh lý
설사	Đi ngoài / ỉa chảy
설사	Tiêu chảy
설사약	Thuốc đi ngoài
설사에 걸리다	Bị tiêu chảy
성병	Bệnh về giới tính
성인병	Bệnh người lớn
성형외과	Giải phẫu thẩm mỹ
세균	Vi khuẩn
소독약	Thuốc khử trùng
소아과	Khoa nhi
소아마비	Bệnh bại liệt ở trẻ em
소화불량	Tiêu hóa kém
소화제	Thuốc tiêu hóa
수간호사	Y tá trưởng
수막염	Viêm màng não

수면제	Thuốc ngủ
수술	Phẫu thuật
수술실	Phòng mổ
수술하다	Phẫu thuật, mổ
수포	Rộp, phòng, mụn bọng nước trên da
수혈	Lấy máu
숙환	Bệnh lâu ngày
스트레스	Stress
습진	Mụn ngứa
식곤증	Chứng buồn ngủ sau khi ăn
식전복용	Uống trước khi ăn
식중독	Ngộ độc thức ăn
식중독에 걸이다	Bị ngộ độc thức ăn
식후복용	Uống sau khi ăn
신경과	Khoa thần kinh
신경쇠약	Suy nhược thần kinh
신경통	Đau thần kinh
신장염	Viêm thận
실명	Chết hoặc mù
실신	Bất tỉnh, ngất xỉu
심장병	Bệnh tim
쑤시다	Nhói, đau nhói
쓸개염	Viêm túi mật
아물다	Ngậm miệng (vết thương)
아편	Thuốc phiện

아폴로눈병	Viêm màng kết chảy máu cấp tính
아프다	Đau
아픔	Nỗi đau
안과	Nhãn khoa
안과	Khoa mắt (nhãn khoa)
안약	Thuốc mắt
알약	Thuốc viên
앓다	Ốm
암	Ung thư
약	Thuốc men
약국	Hiệu thuốc
약물	Thuốc, thuốc nước
약물중독	Ngộ độc thuốc
약방	Hiệu thuốc
약사	Dược sỹ
약시	Mắt kém
약을 먹다	Uống thuốc
약재	Dược liệu
약초	Dược thảo
약효	Hiệu quả thuốc
양약	Thuốc tây
어지럼증	Chứng chóng mặt
어지럽다	Chóng mặt
에이즈	Bệnh SIDA
여드름	Mụn trên mặt
열	Sốt

염	Viêm
염증	Chứng viêm nhiễm
영양실조	Chứng thiếu dinh dưỡng, suy dinh dưỡng
영양제	Chất dinh dưỡng
예방주사	Tiêm phòng ngừa
예방하다	Dự phòng
완치	Chữa trị xong hoàn toàn
왕진	Khám ngoại trú
외과	Khoa ngoại (ngoại khoa)
요도염	Viêm niệu đạo
요양원	Viện điều dưỡng
요통	Đau đường tiết niệu
우울증	Trầm cảm
원시	Viễn thị
위경련	Chứng đau cấp tính của dạ dày
위궤양	Viêm loét dạ dày
위병	Bệnh dạ dày
위암	Ung thư dạ dày
위염	Viêm dạ dày
위장약	Thuốc đau dạ dày
위통	Đau dạ dày
유방암	Ung thư vú
유전병	Bệnh di truyền
유행병	Bệnh dịch
유행성출혈열	Dịch sốt xuất huyết
응급실	Phòng cấp cứu

응급환자	Bệnh nhân cấp cứu
의료기구	Y cụ
의료보험	Bảo hiểm y tế
의료보험증	Thẻ bảo hiểm y tế
의료원	Viện y tế
의료진	Đội ngũ y tế
의부증	Chứng nghi ngờ vợ
의사	Bác sỹ
의약품	Dược phẩm
의원	Y viện
이명증	Chứng ù tai
이병	Bệnh về tai
이비인후과	Khoa tai mũi họng
이중염	Viêm tai giữa
이질에 걸리다	Bệnh kiết lị
인공심장	Tim nhân tạo
일본뇌염	Viêm não Nhật Bản
일사병	Bệnh thương hàn
임신	Có mang
임질	Bệnh lậu
입원하다	Vào, nhập viện
자궁암	Ung thư tử cung
자폐증	Bệnh tự kỷ
잔병치레	Đau vặt, ốm vặt
장기	Nội tạng
장염	Viêm ruột
저리다	Tê, mỏi

저혈압	Huyết áp thấp
전염	Truyền nhiễm
전염병	Bệnh truyền nhiễm
전치	Chữa khỏi hoàn toàn
절다	Thọt chân, bước khập khểnh
정박아	Trẻ tinh thần yếu, bạc nhược
정신과	Khoa thần kinh
정신박약아	Trẻ tinh thần yếu, bạch nhược
정신병	Bệnh thần kinh
정신병자	Người bệnh thần kinh
정형외과	Khoa ngoại chỉnh hình
제약회사	Công ty dược
조제실	Phòng điều chế thuốc
조제하다	Chế tạo, làm, sản xuất
졸도	Đột quỵ
종기	Mụt nhọt
종합병원	Bệnh viện đa khoa
좌골신경통	Đau thần kinh tọa
주사	Tiêm
주사 놓다	Tiêm
주사 맞다	Được tiêm, được truyền dịch
주사기	Bộ kim tiêm
주사약	Thuốc tiêm
주치의	Thầy thuốc phụ trách
중독	Ngộ độc
중병	Bệnh nặng
중상	Bị thương nặng

중이염	Viêm tai giữa
중태	Bệnh nặng
중환자	Bệnh nhân nặng
중환자실	Phòng người bệnh nặng, phòng người cấp cứu
증상	Chứng, triệu chứng bệnh
증세	Triệu chứng, triệu chứng bệnh
지병	Bệnh lâu ngày, khó chữa
진단하다	Chuẩn đoán
진료하다	Chữa bệnh
진물	Nước mủ máu trong vết thương
진정제	Thuốc an thần
진찰을 받다	Khám bệnh
진찰하다	Khám bệnh, chẩn đoán bệnh
진통제	Thuốc giảm đau
진폐증	Bệnh khó thở do bụi vào trong phổi
질병	Bệnh tật
질환	Bệnh tật
찜질	Chườm ướp (bằng nước nóng, đá lạnh)
찰과상	Vết thương rách da
처방	Đơn thuốc
처방하다	Cho đơn thuốc
천식	Hen, suyễn
천연두	Bệnh đậu mùa
청진기	Máy nghe nhịp tim
체온	Nhiệt độ cơ thể

체온이 높다	Thân nhiệt cao
체중	Thể trọng, trọng lượng cơ thể
체하다	Đầy hơi (bụng)
촉진제	Chất xúc tác
축농증	Bệnh nung mủ, bệnh sinh mủ
충수염	Viêm ruột thừa
충치	Sâu răng
치질	Bệnh trĩ
치과	Nha khoa
치료를 받다	Trị bệnh
치료하다	Chữa bệnh
치매	Bệnh đãng trí
치사량	Lượng (liều) gây chết người (thuốc độc)
치질	Bệnh trĩ
치통	Đau răng
침	Nước miếng
코염	Viêm mũi
비염	Viêm mũi
콜레라	Bệnh dịch tả
콩팥염	Viêm thận
타박상	Vết thương (do va chạm vật cứng)
탈골	Trật khớp xương
탈모증	Chứng rụng tóc
탈진	Kiệt sức
퇴원	Xuất viện
퇴원하다	Ra viện

특병	Mắc bệnh
파상풍	Bệnh uốn ván
패혈증	Nhiễm trùng máu
편도선염	Viêm amiđan
편두통	Đau đầu
폐결핵	Bệnh lao phổi
폐렴	Viêm phổi
폐암	Ung thư phổi
풍토병	Bệnh phong thổ
피곤	Mệt mỏi
피로	Mệt, mệt mỏi
피부과	Khoa da liễu
피부병	Bệnh ngoài da
피부암	Ung thư da
피부염	Viêm da
피임약	Thuốc tránh thai
하루세번	Mỗi ngày 3 lần
학질	Bệnh sốt rét
한방	Thuốc bắc, thuốc đông y
한약	Thuốc nam, thuốc từ dược thảo
한의사	Bác sỹ đông y
한의원	Tiệm thuốc đông y
항생제	Thuốc kháng sinh
항암제	Chất chống ung thư
해독제	Chất giải độc
해열제	Chất hạ nhiệt, hạ sốt
현기증	Chóng mặt

혈압계	Máy đo huyết áp
혈액형	Nhóm máu
협심증	Bệnh đau thắt ngực
혹	Bướu, u
혼수상태	Trạng thái hôn mê
홍역	Bệnh sởi
화농	Mưng mủ, sinh mủ
화병	Bệnh do bực tức sinh ra
화상	Vết bỏng
화상을 입다	Bị phỏng
화학치료	Chữa bằng chất hóa học
환각제	Chất gây hoang tưởng, thuốc lắc
환자	Người bệnh, bệnh nhân
회복실	Phòng người bệnh hồi phục
회복하다	Hồi phục
회진	Hội chẩn
후유증	Chứng bệnh về sau, di chứng
후천성면역결핍증	AIDS Bệnh SIDA
흉부외과	Ngoại khoa vùng ngực
흉터	Vết thẹo, sẹo
흑사병	Dịch hạch

산업-농업

가공업	Nghề gia công
가공하다	Gia công
가내수공업	Thủ công gia đình
가동하다	Khởi động
가마	Cái bao
가마니	Cái rổ
가축	Gia súc
개량종	Giống lai
갯벌	Ruộng vừng
갱	Quặng
갱도	Đường quặng
거두다	Thu hoạch
거름	Phân bón
건어물	Cá khô
건조장	Sân phơi
경작지	Đất canh tác
경작하다	Canh tác
경지	Đất canh tác
고기잡이	Cái lưới, dụng cụ bắt cá
고깃배	Thuyền đánh cá
곡물	Lương thực

공구	Công cụ
공단	Khu công nghiệp
공산품	Hàng công nghiệp
공업	Công nghiệp
공업국	Nước công nghiệp
공업단지	Khu công nghiệp
공업도시	Thành phố công nghiệp
공업용수	Nước dùng cho công nghiệp
공업지대	Khu vực không nghiệp
공업화	Công nghiệp hóa
공원	Công viên
공장	Công xưởng
공장폐수	Nước thải công xưởng
공정	Công trình
과수원	Vườn hoa quả
과일	Hoa quả
관광업	Ngành du lịch
광맥	Mạch quặng
광물	Khoáng chất
광물질	Chất khoáng
광부	Thợ mỏ
광산	Khoáng sản
광산업	Ngành khoáng sản
광업	Ngành khoáng sản
구리	Đồng
귀금속	Kim loại quí

귀농	Về làm vườn
그루갈이	Cày (đều)
그물	Lưới đánh cá
극장	Kịch trường
근해어업	Đánh bắt ven bờ
금	Vàng
금강석	Đá kim cương
금광	Mỏ vàng
금괴	Cục vàng
금속	Kim loại
금융업	Ngành tín dụng
기간산업	Ngành công nghiệp trọng điểm
기계	Máy móc
기계공업	Công nghiệp máy móc
기계화	Cơ giới hóa
기관	Cơ quan
기르다	Nuôi
기름지다	Màu mỡ, phì nhiêu
기반시설	Hạ tầng cơ sở
기술	Kỹ thuật
낙농업	Ngành nuôi gia súc lấy sữa
낚다	Câu
낚시	Câu cá
낚시꾼	Người đi câu
낚시질	Câu cá
낚시터	Bãi câu

낚시하다	Câu cá
낚싯대	Cần câu
낚싯밥	Mồi câu
낚싯줄	Dây câu
난류	Dòng nước ấm
납	Chì
낫	Cái liềm
노래방	Karaoke
논둑	Bờ ruộng
농가	Nhà nông
농경지	Đất làm ruộng
농기계	Máy nông cụ
농기구	Máy làm nông
농민	Nông dân
농부	Nông dân
농사	Làm nông
농사꾼	Nông dân
농사일	Việc đồng áng
농사짓다	Làm nông
농약	Thuốc trừ sâu
농어민	Nông ngư dân
농어촌	Làng chài và làm ruộng
농업	Nông nghiệp
농업국	Nước nông nghiệp
농업용수	Nước dùng cho nông nghiệp
농원	Nông trường, trang trại

농작물	Cây nông nghiệp
농장	Nông trường
농지	Đất làm nông
농지정리	Chỉnh lý đất làm nông
농촌	Nông thôn
농축산물	Hàng nông súc sản
농토	Đất làm nông
농한기	Lúc nông nhàn
누에치기	Nuôi tằm
다방	Phòng trà
다이아몬드	Kim cương
대량생산	Sản xuất hàng loạt
대어	Cá lớn
대여료	Tiền cho thuê
도살	Giết gia súc
도살장	Lò mổ
두엄	Phân bón
만화방	Tiệm truyện tranh
망간	Mangan
매다	Cột
모내기	Gieo mạ, cấy mạ
모텔	Khách sạn mini
목공	Thợ mộc
목욕탕	Nhà tắm
목장	Trang trại nuôi
목초지	Trang trại cỏ

목축업	Nghề súc sản
못자리	Cái chiếu
물고기	Cá
물질	Vật chất
미끼	Mồi, miếng mồi
미용사	Thợ trang điểm
미용업	Ngành trang điểm
미장원	Tiệm trang điểm
민물낚시	Câu cá nước ngọt
바다낚시	Câu cá biển
반도체	Mạch bán dẫn
발동기	Động cơ
방아	Cái cối
밭	Ruộng khô, đồng màu
밭농사	Làm ruộng
배달원	Nhân viên giao hàng
백금	Bạch kim
뱃사람	Người lái đò
벼농사	Trồng lúa
볍씨	Hạt thóc
보석	Bảo thạch
분업	Chia công việc, phân công nghề nghiệp
불량율	Tỷ lệ hàng hư
불량품	Hàng hư
비닐하우스	Nhà ni lông
비료	Phân bón

비옥하다	Phì nhiêu
빨래방	Tiệm giặt đồ
사금	Vàng vụn, vàng cát, sa kim
사료	Thức ăn gia súc
사용료	Phí sử dụng
사육장	Trang trại chăn nuôi
사육하다	Nuôi lấy thịt
산업	Công nghiệp
산업구조	Cấu tạo công nghiệp
산업재해	Tai nạn công nghiệp
산업정책	Chính sách công nghiệp
산업혁명	Cải cách công nghiệp
산업화	Công nghiệp hóa
살충제	Chất sát trùng
삼모작	Ba vụ trồng trong một năm
삼차산업	Ngành công nghiệp thứ 3
생산	Sản xuất
생산물	Hàng hóa
서비스	Dịch vụ
서비스업	Ngành dịch vụ
석유	Than đá
설비	Thiết bị
세차장	Bãi rửa xe
세탁소	Tiệm giặt đồ
수공업	Thủ công nghiệp
수리공	Thợ sửa chữa

수산물	Thủy hải sản
수산시장	Chợ thủy sản
수산업	Ngành thủy hải sản
수족관	Bảo tàng hải dương học
수확량	Lượng thu hoạch
수확하다	Thu hoạch
숙련공	Thợ lành nghề
숙박료	Chi phí ở (khách sạn, v.v...)
식당	Nhà hàng
알곡	Hạt ngũ cốc
야근	Làm đêm
양계업	Nghề nuôi gà
양계장	Trại nuôi gà
양돈업	Nghề nuôi heo
양봉업	Nghề nuôi ong
양식업	Nghề nuôi trồng
양식장	Trại nuôi trồng
양식하다	Nuôi trồng
양어장	Bãi nuôi cá
양잠업	Nghề nuôi tằm
양치기	Nuôi cừu
어류	Loại cá
어망	Lưới đánh cá
어민	Ngư dân
어부	Ngư phủ
어선	Thuyền đánh cá

어시장	Chợ cá
어업	Ngư nghiệp
어장	Bãi cá, ngư trường
어촌	Cá và sò
어항	Cảng cá
어획	Thu hoạch cá
어획량	Lượng thu hoạch cá
여관	Khách sạn
여인숙	Nhà trọ
여행사	Công ty du lịch
여행업	Ngành du lịch
염전	Ruộng muối
영농	Làm nông
영농인	Người làm nông
옥	Ngọc
옥토	Đất màu mỡ
외식산업	Ngành làm nhà hàng
외양간	Trại nuôi bò
요식업	Ngành ăn uống
용역	Dịch vụ
우리	Cái chuồng
우시장	Chợ trâu bò, chợ thịt (bò, heo)
운수업	Ngành vận tải
원료	Nguyên liệu
원산지	Nơi sản xuất
원양어선	Thuyền cá viễn dương

원양어업	Ngành đánh cá viễn dương
원유	Dầu thô
원자재	Nguyên vật liệu
유전	Giếng dầu
유흥가	Khu vui chơi giải trí
유흥업	Ngành vui chơi giải trí
유흥업소	Tiệm vui chơi giải trí
은	Bạc
은광	Mỏ bạc
은행	Ngân hàng
음식점	Cửa hàng ăn
이농	Bỏ nghề nông
이모작	Hai vụ, hai mùa trong năm
이발사	Thợ cắt tóc
이발소	Tiệm cắt tóc
이삿집센터	Trung tâm vận chuyển nhà
이용료	Chi phí sử dụng
이차산업	Ngành công nghiệp thứ 2
인건비	Chi phí nhân lực
인력	Nhân lực
일차산업	Ngành công nghiệp số 1
임산물	Lâm sản vật
임업	Lâm nghiệp
자동화	Tự động hóa
자수정	Tự thụ tinh
자재	Nguyên liệu

작물	Thứ thu hoạch được
작살	Cái xiên bắt cá
작업	Công việc
작업대	Cái bàn làm việc
작업장	Nơi làm việc
작업환경	Môi trường làm việc
잡곡	Tạp cốc
잡다	Bắt
재배하다	Trồng, trồng trọt
접대부	Người bồi bàn
정미소	Trạm xát gạo
제작하다	Chế tác
조립하다	Lắp ráp
종묘	Cây giống
종자	Hạt giống, nòi giống
중장비	Trang bị loại nặng
지주	Địa chủ
지하자원	Tài nguyên dưới lòng đất
직공	Thợ dệt
채굴하다	Khai thác mỏ, đào mỏ
채소	Rau
채취하다	Cắt (cỏ), bới (khoai)
천연가스	Ga thiên nhiên
철	Thép
철광	Mỏ thép
철야작업	Làm việc suốt đêm

청소부	Người dọn vệ sinh
청소업	Ngành dọn vệ sinh
추곡	Lương thực vụ thu
추곡수매	Thu mua lương thực vụ thu
축사	Chuồng gia súc
축산업자	Người kinh doanh súc sản
축산폐수	Nước thải súc sản
캐다	Bới, moi, bới
콤바인	Máy liên hợp
타작	Xát
탄광	Mỏ than
탄전	Giếng than
택배	Vận chuyển, giao hàng
토양	Thổ nhưỡng
토질	Thành phần thổ nhưỡng
특성	Đặc tính
특용작물	Nông sản đặc dụng
파업	Đình công
파출부	Người giúp việc theo giờ
패류	Các loài nhuyễn thể
폐업	Đóng cửa nhà máy
품종개량	Cải tiến giống
품질검사	Kiểm tra chất lượng
풍년	Năm được mùa
풍작	Vụ mùa tốt
한류	Dòng nước lạnh

해류	Hải lưu, dòng chảy
해산물	Hàng thủy sản
해역	Hải vực
해초	Rong biển
허수아비	Bù nhìn
호미	Cái cuốc
호텔	Khách sạn
화학처리	Xử lý hóa học
휴업	Ngừng kinh doanh
흉년	Năm mất mùa
흉작	Vụ mùa bị mất
흑연	Khói đen

성격과 태도

가시적이다	Vướng tai, gai mắt
가치관	Giá trị quan
간곡하다	Khẩn cầu
간사하다	Gian giảo
거드름 피우다	Điệu bộ, kiêu kì, ngạo mạn
건방지다	Vênh váo, ngạo mạn, hỗn láo
게으르다	Lười biếng
결벽증	Bệnh quá sạch
겸손하다	Khiêm tốn
경거망동하다	Hấp tấp, cẩu thả, manh động
경멸하다	Khinh miệt, hiềm khích
경솔하다	Ẩu, hấp tấp, vội vàng
경시하다	Khinh miệt, coi nhẹ, xem thường
경의	Tôn trọng, quý trọng, kính nghĩa
고루하다	Cố chấp, cứng nhắc
고분고분하다	Ngoan ngoãn, dễ bảo, nhu mì
고집 세다	Cứng đầu, bướng bỉnh
고집 부리다	Bướng bỉnh
공경하다	Kính trọng, tôn kính
공손하다	Khiêm tốn
공정하다	Công bằng, không thiên vị

공평하다	Công bằng
과묵하다	Lầm lì, ít nói, không cởi mở
관대하다	Quảng đại
관용	Khoan dung
괘씸하다	Xấc láo, láo xược, đáng ghét
괴팍하다	Cầu kì, kiểu cách, khó tính
교양	Giáo dưỡng
교활하다	Xảo quyệt, ranh ma
구차하다	Rất nghèo, thiếu thốn, cơ cực
굳세다	Bền vững, kiên cường
굼뜨다	Chậm chạp
극성맞다	Quá khích
극진하다	Chân thành, nhiệt tâm
근면성	Tính chăm chỉ, siêng năng
급하다	Nóng lòng, gấp gáp
기만하다	Lừa bịp, dối trá, mưu gian
기세등등하다	Tinh thần, khí thế hừng hực
기죽다	Mất tinh thần
까다롭다	Khó tính, chi ly, tỉ mỉ (tính cách)
깍쟁이	Ích kỷ, bủn xỉn, keo kiệt
깐깐하다	Khó chịu, khít khao
꺼리다	Né, lẩn tránh
꼼꼼하다	Kỹ lưỡng
꿋꿋하다	Cứng nhắc, vững chắc, không lung lay
끈기	Dai dẻo, bền chí

끈질기다	Dẻo dai, bám chặt mạnh mẽ
나쁘다	Xấu
나약하다	Yếu đuối, thiếu nghị lực, ủy mị
나태하다	Lười biếng, biếng nhác, chậm chạp
낙관적이다	Tính lạc quan
날뛰다	Liều lĩnh, làm ẩu
날카롭다	Sắc bén, nhọn, sắc sảo
남자답다	Có nam tính, đúng là đàn ông
내성적이다	Nội tâm
냉대하다	Sự đối xử lạnh nhạt
냉정하다	Lạnh lùng
너그럽다	Khoan dung, rộng rãi, hào hiệp, cao thượng
노력하다	Nỗ lực
눈썰미	Giỏi bắt chước
눈치	Sự ứng biến, sự nhận thức, nhanh mắt
느긋하다	Hài lòng, thoải mái
늠름하다	Oai nghiêm, đường vệ, có nét nam tính
능력	Năng lực
다정하다	Đa cảm, nhiều tình cảm
단호하다	Bền vững, vững chắc, quả quyết, dứt khoát
담백하다	Đạm bạc
당당하다	Đường đường, chính đáng
대담하다	Dũng cảm, táo bạo, liều lĩnh

대들다	Lắm chuyện
대범하다	Thoải mái, hào hiệp
덕	Đức, đức độ
덕망	Đức hạnh
덤벙거리다	Hành động nhẹ dạ, nông nổi
도도하다	Ta đây, kiêu căng, kiêu ngạo
도리	Đạo lý, lý lẽ, lẽ phải
독하다	Độc, độc ác, cay nghiệt
됨됨이	Cá tính, tính nết, đặc điểm của một người
드세다	Mạnh mẽ, mạnh
들뜨다	Bồn chồn, không yên, nghĩ ngợi lung tung
따뜻하다	Ấm áp
떳떳하다	Đường đường chính chính, hiên ngang
똑똑하다	Thông minh
마음가짐	Suy nghĩ, tư duy
마음씨	Tấm lòng
만용	Liều lĩnh
망설이다	Lưỡng lự
매력	Sức hấp dẫn
멋쩍다	Không hợp, không đúng kiểu
멍청하다	Khờ dại, ngu đần
명랑하다	Nhanh nhẹn
명쾌하다	Trong sáng, sáng sủa, minh bạch, rõ ràng

모나다	Thô lỗ, cộc cằn
모순되다	Mâu thuẫn với, trái ngược với, xung khắc với
모시다	Phục vụ, cùng với
모욕하다	Khinh thường, sỉ nhục
못쓰다	Không dùng được, hư hỏng
무던하다	Hào phóng, thoải mái
무디다	Chậm hiểu, đần độn, tối dạ
무례하다	Vô phép, bất lịch sự, vô lễ
무모하다	Ẩu, liều
무시하다	Khinh thường
미덕	Đức tính đẹp, mỹ đức
미련하다	Lóng ngóng, không quen
밉살맞다	Đáng ghét
바르다	Nhanh nhẹn
박하다	Bạc bẽo
반항하다	Phản kháng, chống đối
발랄하다	Sáng lạng
밝다	Sáng sủa
방정하다	Liêm khiết, ngay thẳng
배려하다	Quan tâm đến người khác
배짱	Suy nghĩ, tâm tính
버릇없다	Hư hỏng, mất nết
변함없다	Không thay đổi
별나다	Kì lạ, lạ lùng, khác thường, lập dị
본성	Bổn tính
부당하다	Không công bằng, bất công, vô lý, không đúng

부드럽다	Mềm mại
부정적이다	Tính phủ định
부지런하다	Siêng năng, cần mẫn
불공평하다	Không công bằng
불손하다	Không khiêm tốn
불임성	Không tín nhiệm
불친절하다	Không thân thiện
비겁하다	Nhút nhát, hèn nhát
비관적이다	Bi quan
비굴하다	Hèn hạ, bủn xỉn
비난하다	Phê bình, chỉ trích, kiểm điểm
비방하다	Phỉ báng, lăng mạ
비열하다	Hèn hạ, bủn xỉn, khúm núm, thấp hèn
비판하다	Phê bình, phê phán, chỉ trích
뽐내다	Lên mặt, ra vẻ ta đây, vênh váo
사교성	Khả năng xã giao
사납다	Hung dữ, dữ tợn,
사회성	Tính xã hội
상냥하다	Mềm mỏng, hòa nhã
선하다	Hiền lành
섬세하다	Tinh tế
성격	Tính cách
성깔	Ma mãnh, sắc sảo
성미	Bản chất, bản tính, tính khí
성질	Tính chất
성품	Tính chất

세계관	Thế giới quan
소극적이다	Nhát gan, tiêu cực, thụ động
소심하다	Nhát gan
소질	Tư chất, phẩm chất, tính cách
소탈하다	Thân mật, tự do, tự nhiên, thoải mái
소홀하다	Lơ là
속이다	Lừa đảo
솔직하다	Thẳng thắn
솜씨	Sự khéo tay
순박하다	Hiền lành, thuần phác
순수하다	Trong sáng, chất phác
순진하다	Ngây thơ, chất phát, chân thật
순하다	Thuần, hiền lành
슬기롭다	Khôn ngoan
습관	Tập quán
시건방지다	Vênh váo
시무룩하다	Buồn bã, u sầu, ủ rũ, bần thần
신중하다	Thận trọng
심보	Tâm tính, tính khí, bản tính
싱겁다	Nhạt nhẽo, nhạt (ít muối)
쌀쌀하다	Lạnh nhạt
씩씩하다	Mạnh mẽ, cứng cỏi
아량	Rộng lượng, khoan dung, hào hiệp
아부하다	Nịnh hót, bợ đỡ
악독하다	Ác độc

안심하다	Yên tâm
알뜰하다	Thận trọng, khôn ngoan, tằn tiện, chặt chẽ
앙큼하다	Trơ trẽn, trơ tráo
앙탈부리다	Cứng đầu, mè nheo, âm mưu lẩn tránh
야무지다	Chắc chắn, chu đáo
얄밉다	Đáng ghét
얌전하다	Lịch thiệp, lịch sự, phong nhã
양순하다	Biết nghe lời, biết vâng lời, dễ bảo
얕보다	Coi thường, coi khinh
어리석다	Dại dột, ngu xuẩn, khờ dại
어질다	Rộng lượng, đức hạnh tốt
억세다	Dai, bền chặt, kiên cố, mạnh mẽ
억지부리다	Gượng ép
얼빠지다	Mất hồn
엄격하다	Nghiêm khắc
엄살부리다	Giả vờ, giả tảng
엄하다	Nghiêm nghị
업신여기다	Coi thường, coi rẻ, xem nhẹ, coi khinh
여자답다	Có nữ tính
염치없다	Vô liêm sỉ
예민하다	Nhạy cảm
예의	Lễ nghĩa
예의범절	Lễ tiết nghi lễ

예절	Lễ tiết, phép tắc
오만하다	Ngạo mạn
온순하다	Hiền lành, ngoan ngoãn, phục tùng, vâng lời
온유하다	Nhu mì, hiền lành, dễ bảo
온화하다	Ôn hòa
올바르다	Đúng đắn
완강하다	Ngoan cường
완고하다	Ngoan cố
외유내강	Ngoài mềm trong cứng
외향적이다	Tính hướng ngoại
요사스럽다	Gian xảo
욕하다	Chửi bậy
용감하다	Dũng cảm
용기	Dũng khí
우기다	Khăng khăng
우유부단하다	Do dự, phân vân, lưỡng lự
융통성	Tính linh hoạt
음란하다	Dâm dục, dâm đãng, khêu gợi
음탕하다	Trác táng, trụy lạc, phóng túng
음흉하다	Tinh quái, xảo quyệt, xảo trá
응용력	Khả năng ứng dụng
의기양양하다	Đầy khí thế
의젓하다	Đứng đắn, người lớn
의지력	Ý chí
인간적이다	Tính nhân văn
인격	Nhân cách

인내력	Sức nhẫn nại
인내심	Lòng nhẫn nại
인사성	Lòng nhân từ
인색하다	Keo kiệt, bủn xỉn, hà tiện
인생관	Nhân sinh quan
인성	Nhân tính
인심	Nhân tâm
인정	Tình cảm con người
인품	Nhân phẩm
일편단심	Sự thật thà, tấm lòng chân thật
임기응변	Tùy cơ ứng biến
자격지심	Khiêm tốn, tự ti
자긍심	Lòng kiêu hãnh, tính tự hào, tự cao tự phụ
자랑하다	Tự hào
자만심	Tính tự mãn
자부심	Tính tự phụ
자세	Tư thế
자신감	Sự tự tin
자존심	Lòng tự trọng
재주	Năng khiếu, tài khéo léo
재치	Tài trí
적극적이다	Tính năng nổ, tích cực
적성	Sự phù hợp
절약하다	Tiết kiệm
정	Tình cảm
정겹다	Nhiều tình cảm, đa tình

정성	Trung thành, chân thực, tận tụy
정열적이다	Sôi nổi, đam mê, nồng nhiệt
정의감	Lòng chính nghĩa
정의롭다	Chính nghĩa
정직하다	Chính trực
정확성	Tính chính xác
조급하다	Nóng vội
조심성	Tính cẩn thận
존경하다	Tôn kính
좋다	Tốt
주책하다	Khiển trách
지구력	Sức bền
지도력	Khả năng lãnh đạo
지독하다	Khủng khiếp
지혜롭다	Trí tuệ, thông minh
진솔하다	Chân thành, ngay thẳng
진실하다	Thành thực
진지하다	Nghiêm chỉnh, thành thật
집중력	Khả năng tập trung
집중하다	Tập trung
차갑다	Lạnh lùng
차분하다	Trầm tĩnh, điềm tĩnh, bình tĩnh
착실하다	Đáng tin cậy
착하다	Hiền lành
참을성	Tính chịu đựng
책임감	Tinh thần trách nhiệm

처신	Xử thế
천성	Thiên tính, tính bẩm sinh
철없다	Không lễ độ, thiếu giáo dục
철저하다	Triệt để, tuyệt đối, tường tận
청렴 결백하다	Trong sạch, thanh khiết
체면	Thể diện, sĩ diện
추진력	Khả năng làm việc
충실하다	Trung thực, chung thủy
치밀하다	Tinh vi, chính xác, chi li, cặn kẽ, tỉ mỉ
친절하다	Thân thiện
침착하다	Bình tĩnh
칭찬하다	Khen ngợi
콧대 높다	Tỏ ra ta đây, lên mặt
태도	Thái độ
태만하다	Lơ là, chểnh mảng, hờ hững
통찰력	Khả năng phán đoán
퉁명스럽다	Cộc lốc
트집잡다	Bới móc, bắt lỗi bắt phải
티 내다	Thể hiện thái độ, thói xấu, phong cách
파렴치하다	Trơ trẽn, bỉ ổi, vô liêm sỉ
판단력	Lực phán đoán
편애하다	Bênh vực ai
편협하다	Hẹp hòi, thủ cựu, cố chấp
포악하다	Bạo ác, bạo tàn, quá khích
포용력	Khả năng bao chứa, bao dung

무대접하다	Đối xử lạnh nhạt
품성	Cá tính, cái nết
품위	Phẩm vị
한결같다	Bền lòng, trước sau như một
해이하다	Lỏng lẻo
행동거지	Hành vi cử chỉ
행동양식	Phương thức hành động
헐뜯다	Nói xấu ai
헤프다	Dễ hư
화끈하다	Nóng tính
확고하다	Vững chắc, bền vững, cố định, kiên quyết
확대하다	Phóng đại
활달하다	Hào hiệp, rộng lượng, bao dung
후덕하다	Phóng khoáng, không thành kiến
흉보다	Nói xấu, gièm pha
흠잡다	Bới móc, bắt lỗi
희롱하다	Đùa giỡn, trêu chọc

세무

100% 외투법인	Doanh nghiệp có vốn đầu tư nước ngoài 100%
1년 단위로	Lấy đơn vị là 1 năm
1등급 시장	Thị trường loại 1
24인승 이하의 자동차	Xe hơi dưới 24 chỗ
50%이상 수출	Xuất khẩu trên 50%
가공 및 서비스	Gia công và dịch vụ
가산세	Thuế nộp thêm
가죽 가공	Gia công ngành da
가축사료	Thức ăn gia súc
감가상각비	Chi phí khấu hao tài sản
감독	Giám sát
강제 해지	Bắt buộc ngưng (hợp đồng)
개별세법	Luật thuế cụ thể
개인사업자	Doanh nghiệp tư nhân
개인소득세	Thuế thu nhập cá nhân
개인소득세율 표	Bảng thuế thu nhập cá nhân
거래내용	Nội dung giao dịch
거액	Số tiền lớn
거품	Bong bóng

건설	Xây dựng
건축	Kiến trúc
건축허가 신청	Xin giấy phép xây dựng
견직	Dệt
경비	Kinh phí
경상수지	Chỉ số thu chi
경영진	Ban giám đốc
경영협력계약	Hợp đồng hợp tác kinh doanh
경제	Kinh tế
경제상황	Tình hình kinh tế
경제의활성화	Thúc đẩy nền kinh tế
경제적	Có tính kinh tế
계약 종료	Kết thúc hợp đồng
고급철강 생산	Sản xuất thép cao cấp
고용관계 아닌자	Người không phải quan hệ tuyển dụng
고용보험	Bảo hiểm thất nghiệp
골프클럽	Câu lạc bộ golf
공공 통신망의 구축	Xây dựng mạng thông tin công cộng
공공의 이익	Lợi ích công cộng
공장입지선정	Xin đất cho nhà máy
공정과세	Đánh thuế chính đáng
공제 및 감면	Trừ và miễn giảm
공제항목	Hạng mục khấu trừ
공항과 항만 건설	Xây dựng sân bay và cảng

과세	Đánh thuế
과세기관	Cơ quan thu thuế
과세내용	Nội dung thu thuế
과세대상 소득	Thu nhập là đối tượng chịu thuế
과세소득 발생연도	Năm đánh thuế thu nhập
과세소득	Thu nhập chịu thuế
과세소득의 계산	Tính thuế thu nhập
과세율	Giá thuế, tỷ lệ thuế
과세자료	Tài liệu nộp thuế
과세품	Hàng chịu thuế
과학기술서비스	Dịch vụ kỹ thuật khoa học
과학연구	Nghiên cứu khoa học
관광투어	Tua tham quan du lịch
관세	Quan thuế, hải quan
관세표준	Tiêu chuẩn hải quan
광고비	Chi phí quảng cáo
광물	Khoáng chất
광산개발기계	Máy khai thác khoáng sản
교육	Giáo dục
교육교재	Tài liệu giáo dục
교육세	Thuế giáo dục
구리(청동)공예	Công nghệ đồng (đồng thau)
구성요소	Các yếu tố cấu thành
구조조정	Tái cơ cấu tổ chức
구직난	Nạn thất nghiệp (khó xin việc)

국가안전과 방위	An ninh và phòng vệ quốc gia
국내외	Trong và ngoài nước
국내자원 소요 투자프로젝트	Dự án đầu tư cần tài nguyên trong nước
국립공원	Công viên quốc gia, vườn quốc gia
국립관광지역	Khu vực du lịch quốc gia
국민연금	Lương hưu quốc dân
국세공무원	Nhân viên cục thuế
국세법령정보시스템	Hệ thống thông tin pháp luật về thuế
국세청	Cục thuế
국세청의임무	Nhiệm vụ của chi cục thuế
국세청장회의	Hội nghị các cấp chi cục trưởng về thuế
국세행정	Hành chính về thuế
국제 조약상 금지된 유독한 화학물질	Chất hóa học độc được các điều ước quốc tế cấm
국제간 리스	Thuê giữa các quốc gia
국제거래	Giao dịch quốc tế
국제기본법	Luật cơ bản quốc tế
국제조세전문요원	Ủy viên chuyên môn điều tra thuế quốc tế
권리	Quyền lợi
근로가능연령	Tuổi có khả năng làm việc
근로계약서	Hợp đồng lao động
근로장려세제	Chế độ thuế khuyến khích lao động

글로벌 금융위기	Nguy cơ tín dụng toàn cầu
금속성 광물	Khoáng sản có tính kim loại
금용리스	Cho thuê tài chính
금용거래	Giao dịch tín dụng
금용거래조사	Điều tra giao dịch tín dụng
금용기관	Cơ quan tín dụng
금융	Tín dụng, tài chính
금융	Tín dụng
금융거래:	Giao dịch tín dụng
금융기관들	Các cơ quan tài chính
금융비용	Chi phí tín dụng
금융위기	Nguy cơ tín dụng
금융체도	Chế độ tín dụng
금지업종	Ngành nghề cấm
급여	Lương
기계	Máy móc
기계공구	Máy móc công cụ
기계장비와 그 부품	Máy móc công cụ và linh kiện
기계제품	Sản phẩm máy móc
기본세율	Mức thuế cơ bản
기술 서비스	Dịch vụ kỹ thuật
기술개발	Phát triển kỹ thuật
기술이전	Chuyển giao kỹ thuật
기술이전에 대한 법률자문	Tư vấn pháp luật liên quan đến chuyển giao kỹ thuật

기술적 타당성 검토 서류	Hồ sơ nghiên cứu tính khả thi kỹ thuật
기업소득세	Thuế thu nhập doanh nghiệp
나무 공예품	Hàng công nghệ gỗ
납부금	Tiền thuế phải nộp
납부기한	Kỳ hạn trả tiền
납부유예	Gia hạn việc nộp (thuế)
납부자	Người nạp tiền
납부하다	Nộp thuế
납세고지서	Giấy thông báo yêu cầu đóng thuế
납세비용	Chi phí nộp thuế
납세서비스	Dịch vụ nộp thuế
납세액	Tiền thuế phải nộp
납세연체이자	Tiền phạt cho việc đóng thuế trễ hẹn
납세의무	Nghĩa vụ nộp thuế
납세자	Người nộp thuế
납세자권리사항	Nội dung về quyền lợi của người nộp thuế
납세자권리의 보호	Bảo vệ quyền lợi người nộp thuế
내부감사	Kiểm tra nội bộ
노동력	Sức lao động
노동자 채용	Tuyển dụng lao động
농림용 기계	Máy móc nông lâm nghiệp
농축수산물 가공	Gia công đồ nông súc sản

높은 금리	Lãi suất cao
다른수입	Thu nhập khác
단/ 장기 분할	Trả góp ngắn hạn/dài hạn
단/장기 대여	Cho thuê ngắn hạn/dài hạn
단독투자	Đầu tư riêng lẻ
달러의 공급량	Lượng USD cung cấp
담배	Thuốc lá
담보대출	Cho vay thế chấp
대중교통 개발	Phát triển giao thông công cộng
대출금	Tiền cho vay
덤핑 판정 기준	Tiêu chuẩn phán xét phá giá
도매	Bán si
도자기 생산	Sản xuất đồ gốm
독립된 회계법인	Pháp nhân kế toán độc lập
등록세	Thuế môn bài
디자인	Thiết kế
디젤엔진	Diegen
라이센스수수료	Chi phí giấy phép
로열티	Nhuận bút, thù lao
리스 료	Chi phí cho thuê tài chính
리스 이용률	Tỷ lệ sử dụng cho thuê tài chính
리스 이용사유	Lý do sử dụng cho thuê tài chính
리스계약서	Hợp đồng cho thuê tài chính
리스기간	Thời gian cho thuê tài chính

리스대상	Đối tượng cho thuê tài chính
리스료 구성	Cấu thành chi phí cho thuê tài chính
리스료	Chi phí thuê
리스실행	Thực hiện việc cho thuê tài chính
리스이용자	Người sử dụng cho thuê tài chính
리스회사	Công ty cho thuê tài chính
마케팅 비	Chi phí marketing
매입부가세의 공제	Khấu trừ thuế giá trị gia tăng đầu vào
매출	Bán ra
매출부가세의 계산	Tính thuế giá trị gia tăng đầu ra
맥주	Bia
면세점	Cửa hàng miễn thuế
면제 및 감면	Miễn và giảm thuế
면허사용료	Chi phí sử dụng giấy phép
면화	Bông
목재 가공	Gia công gỗ
목재	Gỗ
무역진흥	Chấn hưng thương mại
문화	Văn hóa
문화공원	Công viên văn hóa
물적 금융	Tín dụng vật chất
미국금리	Lãi suất của Mỹ
민영화	Cổ phần hóa

반기별	Theo 6 tháng một
반덤핑 관세	Thuế chống phá giá
반덤핑	Chống phá giá
발급금액	Tổng số tiền cấp phát
발전기	Máy phát điện
방송	Phát thanh
방열 재료	Chất chống cháy
방음	Chống ồn
방전	Chống điện
방직	Dệt
방화물질	Chất chống cháy
배당금	Cổ tức
법률자문	Tư vấn pháp luật
법인 구좌 개설	Mở tài khoản cá nhân
법인 설립 신청서	Đơn xin mở công ty
법인 설립 후 수속	Thủ tục sau khi thành lập doanh nghiệp
법인 인감 신청	Xin con dấu công ty
법인사업자	Doanh nghiệp pháp nhân
법인세 우대	Ưu đãi thuế pháp nhân
법인세	Thuế pháp nhân
법인세	Thuế doanh nghiệp
보관료	Chi phí bảo quản
보증금	Tiền đặt cọc
보험	Bảo hiểm
보험료 지금	Trả phí bảo hiểm

보험료	Tiền bảo hiểm
복권	Vé số
복리후생비	Chi phí phúc lợi
부가가치세	Thuế giá trị gia tăng
부가가치세법	Luật thuế giá trị gia tăng
부가세 환급신청	Xin hoàn thuế giá trị gia tăng
부가세계산방법	Cách tính thuế giá trị gia tăng
부가세를 환급	Hoàn thuế giá trị gia tăng
부가세신고	Khai thuế giá trị gia tăng
부과처분	Xử lý việc đánh thuế
부동산 버블이	Bong bóng bất động sản
부두	Bến đậu tàu
부사장	Phó giám đốc
부실과세	Khai man thuế
부양가족공제	Khoản trừ người nuôi dưỡng
부양가족공제	Miễn trừ gia cảnh
분할	Phân chia
불성실신고자	Người khai báo không thành thật
비거주자	Người không cư trú
비과세소득	Thu nhập không chịu thuế
비금속성 광물	Khoáng sản phi kim loại
비료의 생산	Sản xuất phân bón
비용불인정	Không thừa nhận chi phí

비용인정	Thừa nhận chi phí
비정규 소득	Thu nhập không chính thức
사용의 편리성	Tín tiện dụng cho việc sử dụng
사장	Giám đốc
사회보험	Bảo hiểm xã hội
사회적 지위	Vị trí xã hội
사후관리	Quản lý về sau
산업공단	Khu công nghiệp
산업용 콘크리트 제품	Sản phẩm bê tông dùng cho công nghiệp
산업용 특수철강	Sắt thép đặc thù dành cho công nghiệp
산업용 폭발물의 생산	Sản xuất chất nổ công nghiệp
산업용로봇	Robốt công nghiệp
산재보험	Bảo hiểm tai nạn
상속	Thừa kế
상여금	Tiền thưởng
상표권	Nhãn hiệu thương mại, thương hiệu
상품	Hàng hóa
상하역 서비스	Dịch vụ bốc xếp
상환율	Tỷ lệ hoàn trả
상환능력	Năng lực hoàn trả
상환방식	Phương thức hoàn trả
생명보험	Bảo hiểm sinh mạng
생산 및 가공	Sản xuất và gia công

생산량	Khả năng sản xuất
생수	Nước lạnh
생태관광지	Khu du lịch sinh thái
생태환경	Môi trường sinh thái
생활세금	Thuế sinh hoạt
서비스	Dịch vụ
석유	Dầu khí, dầu mỏ
석탄	Than đá
선박용 기계부품	Linh kiện máy móc cho tàu thuyền
설탕	Đường
섬유의류기계	Máy móc dệt may
세관	Thuế quan
세금	Thuế
세금 계산서 구입	Mua hóa đơn thuế
세금 신고, 공제 및 납부	Khai báo, khấu trừ và nộp thuế
세금면제	Miễn thuế
세금을 걷다	Thu thuế
세금절감	Giảm thuế
세목	Mục thuế
세목별	Từng mục thuế
세무	Thuế vụ
세무 코드 신청	Xin mã số thuế
세무공무원	Nhân viên công vụ thuế
세무관	Nhân viên thuế
세무대리인	Người đại diện thuế vụ

세무서	Chi cục thuế
세무서장	Chi cục trưởng chi cục thuế
세무자문	Tư vấn thuế
세무조사	Điều tra thuế
세무조사 비율	Tỉ lệ điều tra về thuế vụ
세무조사	Điều tra thuế
세무조사기간연장사유	Lý do kéo dài thời gian điều tra thuế
세무조사절차	Thủ tục điều tra thuế
세무조사통지서	Văn bản thông báo điều tra thuế
세무회계	Kế toán thuế
세법	Luật thuế
세법해석	Giải thích về luật thuế
세부담	Chịu thuế
세수	Nguồn thu từ thuế
세수확보	Đảm bảo nguồn thu từ thuế
세액	Số tiền thuế
세원관리부서	Bộ phận quản lý nguồn thuế
세원정보	Thông tin nguồn thuế quốc gia
세율	Thuế xuất
세율	Mức thuế
세입예산	Dự toán tổng thuế thu được

세정	Hành chính về thuế
세정동향	Tình hình hành chính về thuế
세정분야	Lĩnh vực thuế
세정운영	Điều hành quản lý thuế
세제혜택	Ưu đãi về thuế
세제혜택의 부여	Áp dụng ưu đãi về thuế
소급공제	Khấu trừ
소득	Thu nhập
소득공제	Khấu trừ thu nhập
소득공제자료	Tài liệu khấu trừ thu nhập
소득세	Thuế thu nhập
소득세법	Luật thuế thu nhập
소득세원노출	Làm lộ nguồn thuế thu nhập
소득원	Nguồn thu nhập
소득증빙	Chứng minh thu nhập
소모품	Hàng tiêu hao
소비자	Người tiêu dùng
소요기간 및 심의 사항	Thời gian tiêu hao và nội dung thẩm tra
수당	Thù lao
수수료	Chi phí
수수료지급	Chi trả chi phí
수예품	Hàng thủ công
수익률	Tỷ lệ lời
수입업	Ngành nhập khẩu

수입관세 면제	Miễn thuế nhập khẩu
수입관세	Thuế nhập
수입관세의 계산	Tính thuế nhập khẩu
수출가공단지내 투자우대	Ưu đãi đầu tư trong khu chế xuất
수출공단	Khu chế xuất
수출관세	Thuế xuất khẩu
슈퍼마켓	Cửa hàng
승계	Kế thừa
시멘트	Xi măng
시민권	Quyền công dân
시성 인민위원회	Ủy ban nhân dân tỉnh thành phố
시스템	Phương thức, hệ thống
시장조사	Điều tra thị trường
식물성 기름	Dầu thực vật
식품가공기계	Máy gia công thực phẩm
신고	Khai báo
신고납부	Khai báo và nộp thuế
신고내용	Nội dung báo cáo
신고와 납부	Khai báo và nộp
신념	Lòng tin, niềm tin
신법인세법	Luật thuế thu nhập doanh nghiệp mới
신부가세법령	Phát lệnh mới giá trị gia tăng mới
신용	Tín dụng

신용등급	Mức độ tín dụng
신용심사	Thẩm tra tín dụng
신용카드	Thẻ tín dụng
신용평가	Đánh giá tín dụng
실물자산	Tài sản vật thực
실업률	Tỷ lệ thất nghiệp
실업자	Người thất nghiệp
쓰레기 처리장비	Thiết bị xử lý rác
아동용 장난감 생산	Sản xuất đồ chơi trẻ em
악순환	Sự tuần hoàn
안티덤핑	Chống phá giá
야금	Á kim
약품 저장창고	Kho chứa dược phẩm
약품	Dược phẩm
양도소득세	Thuế thu nhập từ chuyển nhượng
양식업	Nghề chăn nuôi
어류	Loại cá
에이전트	Đại lý
여성근로자	Lao động nữ
연구개발비용	Chi phí nghiên cứu phát triển
연료비	Chi phí nhiên liệu
연말정산	Quyết toán cuối năm
연안어업	Đánh bắt gần bờ
염료의 생산	Sản xuất chất nhuộm
영 세율	Mức thuế bằng không
영수증 발급기관	Cơ quan cấp hóa đơn

외국계약자에 대한 지급	Chi trả cho đối tác nước ngoài
외부전문가	Chuyên gia bên ngoài
용수료	Chi phí nước sử dụng
우대 세율	Mức thuế ưu đãi
우편	Bưu phẩm
운송	Vận tải
운송비	Chi phí vận tải
운용리스	Cho thuê tài chính vận hành
원금	Tiền vốn
원부자재 쿼터 등록	Đăng ký chỉ tiêu nguyên phụ liệu
원산지 증명	Chứng minh xuất xứ
원유	Dầu thô
원재료비	Chi phí nguyên phụ liệu
유독한 약물	Chất hóa học có độc
유동화 주식	Cổ phiếu linh động
유리 섬유	Sợi kính
유제품	Sản phẩm sữa
유통업	Ngành nghề lưu thông
유통업	Nghề lưu thông
은행 수수료	Chi phí ngân hàng
의료 서비스	Dịch vụ y tế
의료보험	Bảo hiểm y tế
의료장비	Thiết bị y tế
의약품	Hàng y tế

이월공제	Trừ vào tháng sau
이자	Lãi suất
이전가격	Giá chuyển nhượng
이중과세방지협약	Hiệp ước chống đánh thuế hai lần
이중과세방지협정	Hiệp định tránh đánh thuế hai lần
익월 10 일까지	Đến ngày 10 tháng sau
인건비	Chi phí nhân lực
인쇄	In ấn
인적공제	Khoản trừ thân nhân
일자리창출기업	Doanh nghiệp tạo công ăn việc làm
임금 지불자	Người trả lương
임금	Tiền lương
자동계산	Tự động tính toán
자동차와 자동차 부품	Xe hơi và phụ tùng xe hơi
자본 유동성 증대	Tăng tính lưu động của đồng vốn
자본양도세	Thuế chuyển nhượng vốn
자연수	Nước tự nhiên
자연재해	Tai nạn tự nhiên
자영업자	Người tự kinh doanh
자진신고율	Tỉ lệ khai báo tự nguyện
잔기	Thời gian còn lại
잔가 설정	Xây dựng giá trị còn lại
잔가	Giá trị còn lại

장기설비	Thiết bị dài hạn
장려업종	Ngành nghề khuyến khích
장려분야	Lĩnh vực khuyến khích
장부	Sổ sách kế toán
재리스	Tái cho thuê tài chính
재무구조	Cấu trúc kế toán
재무능력	Năng lực tài chính
재산세	Thuế tài sản
저금리정책	Chính sách lãi suất thấp
저작권 사용료	Chi phí sử dụng tác quyền
적법	Hợp pháp
적용	Áp dụng
적용대상	Đối tượng áp dụng
적용범위	Phạm vi áp dụng
전기료	Tiền điện
전산	Điện toán, vi tính
전산조사전문요원	Nhân viên chuyên môn điều tra thuế bằng vi tính
전시장	Triển lãm
전액 수출기업	Doanh nghiệp 100% xuất khẩu
전자세정	Thuế điện tử
전통 공예품	Công nghệ phẩm truyền thống
전통 제지	Làm giấy truyền thống
전통문화	Văn hóa truyền thống
절세효과	Hiệu quả giảm thuế

접대비	Chi phí tiếp khách
정관	Điều lệ
정규 소득	Thu nhập chính thức
정밀기계	Máy móc chính xác cao
제품보증 비	Chi phí bảo trì sản phẩm
조각예술	Nghệ thuật điêu khắc
조건부 허가	Cho phép có điều kiện
조림 및 산림 보호	Trồng rừng và bảo hộ rừng
조선과 선박수리	Đóng và sửa chữa tàu
조세	Thuế
조세관	Nhân viên thuế
조세범	Tội phạm về thuế
조세범처벌법	Luật xử lý vi phạm thuế
조세전문가	Chuyên gia về thuế
조세행정분야	Lĩnh vực hành chính thuế
조세회피	Trốn thuế
종결	Tổng kết
종료 후 처리	Xử lý sau khi chấm dứt
종합부동산세	Thuế bất động sản tổng hợp
주가폭락	Giá cổ phiếu rớt mạnh
주류 및 담배제조	Sản xuất các loại rượu và thuốc lá
주류	Các loại rượu
주식거래 활동	Hoạt động kinh doanh cổ phiếu

주요세목별	Từng loại thuế chủ yếu
주택분양	Phân bán nhà ở
주택자금	Quĩ nhà ở
중개	Trung gian
중고압 전기설비	Thiết bị điện trung cao áp
중도해약	Kết thúc hợp đồng giữa chừng
중도해지	Hủy hợp đồng giữa chừng
중소기업	Doanh nghiệp nhỏ và vừa
중소기업형	Loại hình doanh nghiệp vừa và nhỏ
증빙	Giấy tờ chứng minh
증여세	Thuế biếu, tặng
지식관리시스템	Hệ thống quản lý thông tin
지연이자	Lãi do nộp chậm
지적 재산	Tài sản trí tuệ
징수계	Bàn thu thuế
징수하다	Trưng thu, thu thuế
차 재배 농장	Nông trường trồng trà
채권 권리	Quyền lợi trái phiếu
채권 발행	Phát hành trái phiếu
채권의 부실	Mất trái phiếu
천연자원 세	Thuế tài nguyên thiên nhiên
철도	Đường tàu
첨단기술 생산	Sản xuất kỹ thuật hiện đại
총매출	Tổng doanh số bán ra
총소득	Tổng thu nhập

추징예상세액	Tổng số thuế dự đoán thu thêm
출판	Xuất bản
충당금	Tiền bù vào
취업	Xin việc
침체	Trầm lắng
카지노	Casino
컨설팅	Tư vấn
컴퓨터	Máy tính
탈규제정책	Chính sách loại bỏ dần các qui chế
탈루행위	Hành vi trốn thuế
탈루혐의	Sự nghi ngờ trốn thuế
탈세	Trốn thuế
탈세자	Người trốn thuế
토지 및 공장임대료	Chi phí sử dụng nhà máy và đất
토지사용 승인신청	Xin chấp nhận sử dụng đất
토지사용권	Quyền sử dụng đất
토지사용권의 양도	Chuyển nhượng quyền sử dụng đất
토지사용료	Tiền sử dụng đất
토지이전료	Thuế chuyển quyền sử dụng đất
토지임대차	Thuê, cho thuê đất
통관	Thông quan
통관처리시한 단축	Rút ngắn thời gian làm thủ tục thông quan

통신 서비스 제공	Cung cấp dịch vụ thông tin
통신	Thông tin
퇴직금	Tiền thôi việc
투기열풍	Trào lưu đầu cơ
투자 승인 신청	Xin chấp thuận đầu tư
투자업종	Ngành nghề đầu tư
투자 지역	Khu vực đầu tư
투자인센티브	Ưu đãi đầu tư
투자자본 4천만불 이상	Vốn đầu tư trên 40 triệu USD
투자장려 및 제한분야	Lĩnh vực khuyến khích và hạn chế đầu tư
투자장려업종 및 제한업종	Ngành nghề hạn chế và khuyến khích đầu tư
투자허가 기관	Cơ quan cấp phép đầu tư
투자허가 등록 프로젝트	Dự án đăng ký cho phép đầu tư
투자허가 제출자료	Tài liệu trình cho phép đầu tư
투자허가	Giấy phép đầu tư
투자형태	Hình thức đầu tư
특별소비	Tiêu thụ đặc biệt
특별소비세	Thuế tiêu thụ đặc biệt
특소세	Thuế tiêu thụ đặc biệt
특수업종	Ngành nghề đặc thù

특정납세자	Người nộp thuế đặc biệt
특허권	Giấy chứng nhận sở hữu trí tuệ
특혜 세율	Mức thuế đặc biệt
파생상품	Các sản phẩm phái sinh
포장비	Chi phí đóng gói
피혁산업기계	Máy móc sản xuất ngành da
필요경비공제	Trừ chi phí cần thiết
한-아세안 FTA 특혜	Ưu đãi đặc biệt giữa Hàn Quốc và Asean
할부로	Trả dần, trả góp
할인율	Tỷ lệ giảm
합금	Hợp kim
합병	Sát nhập
합작 계약서	Hợp đồng hợp tác
합작계약 체결	Ký kết hợp đồng hợp tác
합작투자	Hợp tác đầu tư
합작회사	Công ty liên doanh
항공	Hàng không
항공서비스 제공	Cung cấp dịch vụ hàng không
항공서비스	Dịch vụ hàng không
해상운송	Vận tải biển
해운	Vận tải sông biển
해운서비스	Dịch vụ vận tải
행정법	Luật hành chính
행정비용	Chi phí hành chính

허위세금계산	Tính thuế gian dối
현금수입	Thu vào bằng tiền mặt
현금수입업종	Ngành nghề thu tiền mặt
현금영수증	Hóa đơn tiền mặt
현금영수증제도	Chế độ hóa đơn tiền mặt
현지파트너 선정	Tìm đối tác đầu tư tại bản địa
현행 노동법	Luật Lao động hiện hành
혐의자	Kẻ bị tình nghi
홈택스서비스	Dịch vụ thuế tại nhà
환경보호	Bảo vệ môi trường
환급	Hoàn trả
환급절차	Thủ tục hoàn thuế
환율급등	Tỷ giá ngoại hối tăng mạnh
회계	Kế toán, kiểm toán
회계감사	Kiểm toán
회계비용	Chi phí kế toán
회계시스템 등록	Đăng ký hệ thống kế toán
회계시스템	Hệ thống kế toán
회계연도	Năm kế toán
회계와 감사	Kế toán và kiểm toán
회계자문	Tư vấn kế toán
회사 업무 및 생산 활동에 필요한 경비	Chi phí cần thiết cho hoạt động sản xuất và nghiệp vụ của công ty
회귀자원	Tài nguyên hiếm

수와 수량

가감승제	Phép cộng trừ nhân chia
가감하다	Cộng trừ, thêm bớt
가구	Nhân khẩu
가마	Cái kiệu
가산 점	Điểm tính cộng
가지	Nhánh, phụ
각도	Góc, góc độ
감산	Tính trừ, giảm
갑	Đứng đầu, loại A
갑절	Gấp đôi, gấp hai lần
값	Giá trị, giá cả
개수	Số cái (đơn vị tính)
검산하다	Kiểm toán
겹	Trùng, gấp đôi
경	Khoảng chừng, gần
계	Tổng số, tổng cộng, toàn bộ
계량하다	Đo lường, đánh giá
계산기	Máy tính
계산하다	Tính toán
계측하다	Đo lường, đánh giá
곱하다	Gấp đôi

공배수	Bội số chung
공통분모	Mẫu số chung
과반수	Hơn một nửa
구구단	Bảng cửu chương
굵기	Độ dày, bề dày
그램	Gram
그루	Bụi, gốc cây
근	Cân (1 cân bằng 600 gram)
기수	Số lẻ
기압계	Máy đo khí áp, áp suất
길이	Chiều dài
깊이	Chiều sâu
꼽다	Đếm số, đánh số, ghi số
나누기	Phép chia
나누다	Chia ra
나머지	Phần còn lại
내다	Đưa ra, trình ra
냥	Lượng (vàng)
넉	Bốn (tháng)
네댓	Bốn hoặc năm
놈	Ông bạn, thằng cha, gã, cái, con
누계	Lũy kế
닢	Miếng, mẩu, cái
다발	Bó, đóa
다섯	Số năm
다섯째	Lần thứ năm

단수	Số ít
단위	Đơn vị, loại đơn vị
달다	Cân
대	Chọi với
대수학	Đại số học
대여섯	Vào khoảng năm hoặc sáu
더하기	Cộng vào, cộng thêm
도막	Một miếng, một mảnh, một phần, một lát
돈	Chỉ (vàng)
동	Đồng
두	Hai, một cặp, một đôi
두서너	Hai ba bốn
둘	Hai, đôi, cặp
둘째	Lần thứ hai
량	Lượng
리	Lý (1 lý bằng 0, 393km)
리터	Liter, lít
마지기	Mảnh (ruộng)
마흔	Bốn mươi
면적	Diện tích
명	Người
모금	Một hớp, một ngụm
몫	Phần chia, khẩu phần, sự chia phần
무게	Trọng lượng, độ nặng
무한대	Vô cực, vô tận
미터	Mét

밀도	Mật độ
밀리미터	Mi-li-mét
반올림하다	Làm tròn, làm cho tròn số
방울	Giọt (nước)
배수	Bội số
백	Trăm
번지	Số nhà, số, vùng
번호	Số, mã số
병	Bình, chai, lọ
복수	Số nhiều
봉자	Túi giấy, gói giấy
부피	Khổ lớn, thể tích
분량	Số lượng, khối lượng, liều lượng
분자	Phân tử, tử số
비율	Tỷ lệ, tỷ số, phần trăm
빈도수	Tần số xuất hiện thường xuyên
빼기	Phép trừ
빼다	Trừ ra
뿌리	Rễ cây, chân, gốc
산수	Toán số
산술	Phép tính
삼	Ba
상자	Một thùng, sọt, ngăn
서너	Ba bốn
서른	Ba mươi
서수	Số thứ tự

석	Số ba
세다	Đếm
셋째	Thứ ba
소수	Thiểu số
수두룩하다	Rất nhiều
수량	Số lượng
수치	Chi số
숫자	Số lượng
스물	Hai mươi
습도계	Dụng cụ đo độ ẩm
실수	Số lượng thực
십진법	Hệ thập phân, độ thập phân
십진수	Số thập phân
쌍	Cặp, đôi
아홉	Số chín
아홉째	Lần thứ chín
약분	Sự rút gọn một phân số
약수	Ước số
양수	Số dương
억	Một trăm triệu
여덟	Số tám
여든	Tám mươi
여섯	Sáu
연령	Tuổi tác
열	Số mười
영	Số không

예순	Sáu mươi
오	Năm
올해	Năm nay
우량계	Dụng cụ đo lượng mưa
원소	Nguyên tố
육	Số sáu
음수	Số âm
인분	Phần, suất
일곱	Số bảy
일흔	Số bảy mươi
자루	Cây (thước, bút)
자연수	Số tự nhiên
재다	Đo lường, đánh giá
저울	Cái cân
접시	Cái đĩa
장수	Số trang, số tờ
제곱	Bình phương
주먹구구	Đếm bằng ngón tay
주판	Bàn tính tay
줄자	Thước dây
지수	Chỉ số
지진계	Địa chấn kế, máy đo động đất
질량	Chất lượng
집합	Thu gom, tập hợp
짝수	Số chẵn
쪽	Hướng, phía
채	Căn (nhà)

척	Một cheog = 0, 994ft
첩	Tập, bộ
첫째	Lần thứ nhất
축	Trục, trục xe; trục kỹ thuật
측량하다	Đo lường, đo lượng mức
측정하다	Đo lường, đo đạc
칠	Số bảy
칠로그램	Ki lô gram
칠로미터	Ki lô mét
톤	Tấn
통계	Thống kê
퍼센트	Percent, phần trăm
편	Quyển, tập, bộ, chương
평	Pyong (= 3,3 m²)
평균치	Trị giá trung bình
폭	Bề rộng
푼	Một pun, một xu
필	Cuộn, súc (vải)
하나	Số một
한	Một đơn vị
할	Tỷ lệ, phần trăm
합산하다	Cộng chung, gộp chung
허수	Con số ảo
헤아리다	Chia ra, tách ra
홀수	Số lẻ
홉	Một hob (= 0.18lít)
확률	Tỷ lệ chắc chắn

언론과 출판

간행하다	In ấn
검열하다	Kiểm duyệt
게재하다	Đăng bài
경제면	Trang kinh tế
고료	Tiền nhuận bút
공개방송	Phát thanh công khai
공저	Cùng biên soạn
광고면	Trang quảng cáo
교열	Hiệu đính, sửa
교정	Sửa, hiệu đính
교통방송	Phát thanh giao thông
구독하다	Mua để đọc
구인란	Mục tìm người
구직란	Mục tìm việc
국영방송	Đài truyền hình nhà nước
그림책	Sách hoạt hình
기사	Bài báo
기자	Nhà báo
난시청	Khó nghe và nhìn (do chướng ngại vật)
날씨란	Mục thời tiết

녹화하다	Ghi hình
논평	Đánh giá, bình luận
뉴스	Bản tin
다큐멘터리	Tư liệu, tài liệu
대중매체	Phương tiện truyền thông
도서	Thư viện
독자	Độc giả
드라마	Kịch, phim truyền hình
만화	Hoạt hình
머리글	Lời nói đầu
무협지	Tạp chí võ hiệp
문화면	Trang văn hóa
발간하다	Phát hành
발행부수	Số lượng phát hành
발행하다	Phát hành
방송국	Đài truyền hình - phát thanh
방송망	Mạng phát sóng
방송매체	Phương tiện phát sóng
방송하다	Phát sóng
방영하다	Chiếu, trình chiếu
방청객	Khán thính giả xem truyền hình
보도	Đưa lên báo, đưa tin
부수	Số lượng tờ báo
부제	Phụ đề
사진기자	Phóng viên ảnh
사회면	Trang xã hội

사회자	Người dẫn chương trình
생방송	Phát sóng trực tiếp
생중계	Truyền hình trực tiếp
서적	Sách
서점	Thư viện
석간	Phát hành vào buổi tối
선전	Tuyên truyền
소식	Tin tức
속보	Thông báo khẩn, tin khẩn
송년호	Tờ cuối năm
수신료	Chi phí nhận sóng (nghe nhìn)
스포츠면	Trang thể thao
시사	Giải thích
시청료	Chi phí nghe nhìn (truyền hình cáp)
시청률	Tỷ lệ người xem
신문	Báo
신문배달	Phát báo
신청하다	Đăng ký
싣다	Đăng
아나운서	Phát thanh viên
애독자	Người hay mua đọc
언론	Ngôn luận
언론기관	Cơ quan ngôn luận
언론매체	Phương tiện ngôn luận
언론사	Cơ quan ngôn luận

언론인	Người làm báo
여성지	Tạp chí phụ nữ
연출자	Diễn viên
연출하다	Diễn xuất
원고	Bản thảo, nguyên gốc
원고료	Tiền nhuận bút
월간지	Tờ báo ra hằng tháng, nguyệt san
위성방송	Truyền hình qua vệ tinh
위성중계	Truyền hình vệ tinh
위인전	Sách về những vĩ nhân
인쇄소	Nhà in
자서전	Hồi ký
작가	Tác giả
잡지	Tạp chí
재방송	Phát lại
저서	Viết sách
정기구독	Mua đọc định kỳ
정치면	Trang chính trị
제작하다	Chế tác
조간	Phát hành buổi sáng
조연출	Trợ diễn
주파수	Tần số sóng
중계하다	Phát sóng
중앙방송	Truyền hình trung ương
지면	Mặt giấy
진행자	MC

찍다	Quay, chụp (ảnh)
채널	Kênh TV
청취하다	Nghe
출발하다	Xuất phát
출연료	Tiền tham gia diễn xuất
출판사	Nhà xuất bản
취재기자	Nhà báo viết bài
취재하다	Viết bài
텔레비전	Tivi
통신사	Hãng thông tấn
투고하다	Gửi bài cho báo
특보	Đặc báo, thông báo khẩn
특종기사	Bài báo đặc biệt
특집	Phần đặc biệt
특파원	Đặc phái viên
편집인	Người biên tập
편집하다	Biên tập
편파보도	Đưa tin thiếu khách quan
표제	Tiêu đề
프로그램	Chương trình
프로듀서	Sản xuất, xuất bản
화면	Màn hình
회고록	Hồi ký

예술

가곡	Ca khúc
가면극	Kịch mặt nạ
가무단	Đoàn ca nhạc
가사	Lời bài hát
가수	Ca sĩ
가요	Ca khúc
가창력	Sức hát
감독	Đạo diễn
감상하다	Thưởng thức
개봉	Khai trương, bắt đầu trình chiếu
걸작	Kiệt tác
경음악	Nhạc nhẹ
고전문학	Văn học cổ điển
고전음악	Âm nhạc cổ điển
곡	Khúc, đoạn nhạc
곡조	Nhịp khúc
공간미술	Mỹ thuật không gian
공간예술	Nghệ thuật không gian
공연	Công diễn
공연장	Sàn diễn
관객	Quan khách

관람석	Ghế khán giả
관람불가	Không được xem
교향곡	Bản giao hưởng
국민가수	Ca sĩ nhân dân
국민가요	Ca khúc nhân dân
군악대	Đoàn quân nhạc
그리다	Vẽ
그림	Bức tranh
극	Kịch
극장	Viết
나팔	Kèn
낭만주의	Chủ nghĩa lãng mạn
내림표	Dấu đi xuống
노래	Bài hát
노천극장	Sàn kịch ngoài trời
단편소설	Tiểu thuyết ngắn
대본	Kịch bản
대사	Lời thoại
대역	Vai chính
대중가요	Ca nhạc đại chúng
대중음악	Âm nhạc đại chúng
도자기	Đồ gốm
도화지	Giấy vẽ
독창	Đơn ca
동시상영	Chiếu đồng thời
동양화	Tranh phương Đông

동요	Đồng dao
드라마	Phim kịch truyền hình
등단하다	Đăng đàn
등장인물	Nhân vật xuất hiện
디자이너	Thiết kế
르네상스	Phục hưng
리듬	Nhịp, điệu
만화	Hoạt hình
만화영화	Phim hoạt hình
매표소	Nơi bán vé
명곡	Ca khúc nổi tiếng
명화	Danh họa
무대	Sân khấu
무대감독	Đạo diễn sân khấu
무대의상	Trang phục sân khấu
무언극	Kịch câm
무용수	Diễn viên múa
무용음악	Nhạc múa
문예	Văn nghệ
문예비평	Phê bình văn nghệ
문예창작	Sáng tác văn nghệ
문학	Văn học
문학작품	Tác phẩm văn học
문학평론	Bình luận văn học
미술	Mỹ thuật
미술가	Nhà mỹ thuật

미술관	Bảo tàng mỹ thuật
미술작품	Tác phẩm mỹ thuật
민속공예	Công nghệ nhân dân
민속무용	Múa dân gian
민속음악	Âm nhạc dân gian
민요	Dân ca
민요가수	Ca sĩ dân ca
바이올린	Violông
박자	Nhịp
발레	Balê
밤무대	Sân khấu đêm
방송작가	Tác giả phát thanh
배역	Vai phụ
배우	Diễn viên
번역	Biên dịch
부르다	Hát
부채춤	Điệu múa quạt
북	Trống
분장	Hóa trang
분장실	Phòng hóa trang
붓	Cây bút
붓글씨	Nét bút
비극	Bi kịch
비디오	Video
비평가	Nhà phê bình

사물놀이	Lễ hội cồng, chiêng, trống dân gian (trong nông nghiệp)
사진작품	Tác phẩm ảnh
상영하다	Trình chiếu
색종이	Giấy màu
색칠하다	Lên màu, bôi màu
서양화가	Họa sĩ phương Đông
서예	Thư pháp
서예가	Người viết thư pháp
성악	Thanh nhạc
성인영화	Phim người lớn
소극장	Rạp chiếu phim nhỏ
소리	Âm thanh
소설	Tiểu thuyết
소설가	Nhà tiểu thuyết
쇼	Show diễn
수공예	Thủ công mỹ nghệ
시	Thơ
시나리오	Kịch bản
시인	Thi nhân, nhà thơ
신소설	Tiểu thuyết mới
신화	Thần thoại
아동극	Kịch cho thiếu nhi
아동미술	Mỹ thuật Á đông
악기	Nhạc cụ
악단	Đoàn nhạc

악무	Vũ nhạc
애니메이션	Hoạt hình
야외무대	Sân khấu ngoài trời
여배우	Nữ diễn viên
연극	Diễn kịch
연극배우	Diễn viên kịch
연극비평	Phê bình kịch
연예	Văn nghệ
연예계	Giới văn nghệ
연예인	Văn nghệ sĩ
연주회	Buổi trình diễn
연출자	Diễn viên
영상	Hình ảnh
영화	Phim
영화감독	Đạo diễn phim
영관	Rạp chiếu phim
영화배우	Diễn viên phim
영화음악	Nhạc phim
영화제	Liên hoan phim
영화평론가	Nhà bình luận phim
예매하다	Mua trước, đặt mua
예술	Nghệ thuật
예술사진	Ảnh nghệ thuật
예술성	Tính nghệ thuật
예술작품	Tác phẩm nghệ thuật
오페라	Ôpera

오페라가수	Ca sĩ ôpera
음악가	Nhà soạn nhạc
음악감상실	Phòng thưởng thức âm nhạc
음악계	Giới âm nhạc
음향	Âm hưởng
응용미술	Mỹ thuật ứng dụng
인기	Sự mến mộ
인기가수	Ca sĩ được mến mộ
인물화	Nhân vật hóa
인형극	Kịch rối
자막	Chữ nền, phông chữ
자선공연	Biểu diễn từ thiện
자장가	Bài hát ru trẻ ngủ, bài ru con
작곡	Người viết nhạc
장구	Trống nhỏ
장편소설	Tiểu thuyết dài tập
전설	Truyền thuyết
전시회	Triển lãm
전통가요	Ca nhạc truyền thống
조각품	Tác phẩm điêu khắc
조명	Ánh sáng
조역	Vai phụ
조연	Trợ diễn
주역	Vai chính
주연	Chủ diễn
주인공	Nhân vật chính

징	Chiêng
창작곡	Ca khúc sáng tác
창작예술	Nghệ thuật sáng tác
창조하다	Sáng tạo
초상화	Tranh chân dung
촬영하다	Quay phim
춤추다	Nhảy
추상화	Tranh trừu tượng
출연료	Thù lao diễn xuất
출연하다	Diễn xuất
탈춤	Điệu nhảy mặt nạ
탤런트	Diễn viên, tài tử
텔레비전	Tivi
판소리	Tiếng hát đệm trong lễ hội dân gian
퍼포먼스	Trình diễn, biểu diễn
풍경	Phong cảnh
풍경화	Tranh phong cảnh
파리	Cây sáo
피아노	Pianô
하모니카	Anonica
합창	Hợp xướng
합창단	Đoàn hợp xướng
현대무용	Múa hiện đại
현대음악	Âm nhạc hiện đại
현대미술	Mỹ thuật hiện đại

화가	Họa sĩ
화면	Màn hình
화법	Cách vẽ
화음	Hòa âm
회화	Hội họa
희극	Hý kịch

은행 용어

감세	Giảm thuế
감정 평가 비	Chi phí giám định
개인구좌	Tài khoản riêng
거래내역조회	Kiểm tra nội dung giao dịch
건축 자재 소모품 비	Phí tiêu hao vật liệu xây dựng
견적송장	Gửi đơn báo giá
결제(하다)	Thanh toán sổ sách
결제통화	Đồng tiền thanh toán
경향	Khuynh hướng
계좌번호	Số tài khoản
고액권	Tiền mệnh giá lớn
고정금리	Lãi suất cố định
고정부채	Nợ cố định
고정수입	Thu nhập cố định
고정이율	Lãi suất cố định
과태료	Tiền phạt
관세법	Luật thuế quan
관세서류	Chứng từ hải quan
관세신고	Khai báo hải quan
관세율	Tỉ suất thuế

관세정책	Chính sách thuế quan
광고 선전 비	Phí quảng cáo
구좌개설	Mở tài khoản
구좌개설신청서	Đơn xin mở tài khoản
국민총생산	Tổng sản lượng quốc dân
국제결제	Thanh toán quốc tế
금리	Suất lãi cho vay
기간경과	Quá hạn
기계 장차 수선 비	Phí bảo trì thiết bị máy móc
기존	Sẵn có, có từ trước
기타 잡비	Chi phí khác
단기대	Cho vay ngắn hạn
단기신용	Tín dụng ngắn hạn
단기어음	Hối phiếu ngắn hạn
담보	Thế chấp
당사자	Người có liên quan, bên có liên quan
대금	Tiền cho vay, cho nợ
대상	Đối tượng
대출 조건	Điều kiện cho vay
대출	Vay
대출금	Tiền vay
대출담보	Vay có thế chấp
덤핑관세	Thuế chống phá giá
덤핑방지	Chống phá giá
덤핑방지세	Thuế chống phá giá

매출원가	Giá thành bán ra
매출원가	Giá bán gốc
무역의자유화	Tự do hóa mậu dịch
무역통계	Thống kê thương mại
물품	Hàng hóa, mặt hàng
법인구좌	Tài khoản công ty
보증계약	Hợp đồng bảo lãnh
복리후생 비	Phí phúc lợi
사무실 직원 급여	Lương nhân viên văn phòng
상거래	Sự giao dịch buôn bán
생산	Sản xuất
서비스	Dịch vụ, phục vụ
서비스 비	Phí dịch vụ
세금 과 공과	Tiền thuế và tiền công quả
소모품 비	Chi phí hàng tiêu hao
소비 비	Phí tiêu dùng
소액권	Tiền nhỏ (tiền có giá trị nhỏ)
송금	Chuyển tiền
송금 의뢰서	Phiếu gửi tiền
송금	Gửi tiền
수선 비	Phí bảo trì, bảo dưỡng
수입 운전 비	Phí vận chuyển nhập hàng
수출 운전 비	Phí vận chuyển xuất hàng
시장을개발하다	Khai thác thị trường
양도	Chuyển nhượng
양도조항	Điều khoản chuyển nhượng

양도증서	Giấy chuyển nhượng
예금	Tiền gửi
예금계정	Tài khoản tiền gửi kì hạn
예금인출	Rút tiền
예금조회 (잔액조회)	Kiểm tra số dư tài khoản
예금증명서	Chứng nhận gửi tiền
외주 가공 비	Phí gia công bên ngoài
은행 수수료	Phí ngân hàng (rút, gởi, chuyển tiền)
은행 예금	Tiền gửi ngân hàng
은행어음	Hối phiếu ngân hàng
은행이자율	Lãi suất ngân hàng
은행지점	Chi nhánh ngân hàng
이득	Lợi nhuận
이루어지다	Thiết lập, tạo thành
이윤	Lợi nhuận
이자율	Lãi suất
인도	Giao hàng
입고	Nhập kho, lưu kho
입금	Nhập tiền
자본	Tiền vốn
장기협정	Hiệp định dài hạn
재수입	Tái nhập
재수출	Tái xuất
저당	Cầm cố
저장품 비	Phí lưu kho

적재비용	Phí chở hàng
적하료	Phí xếp
전기 재료 소모품 비	Phí tiêu hao vật tư điện
전력 비	Tiền điện, điện thoại
전시품	Hàng trưng bày
접대 비	Phí tiếp khách
정가	Giá tịnh
정기선	Tàu chợ
정기지급	Trả tiền định kì
정책	Chính sách
차량 유지 비	Phí bảo trì xe cộ
토지에투자하다	Đầu tư vào đất đai
통신비	Phí liên lạc
판매 대리	Đại lý bán hàng
합작	Hợp tác
합작회사	Công ty liên doanh
협정	Hiệp ước
형태	Hình thức
환율	Hối suất
환전	Đổi tiền

인간관계

가난뱅이	Người nghèo khó
가장	Gia trưởng, trưởng gia đình
가정주부	Người giúp việc gia đình
각시	Cô dâu
갓난아기	Đứa bé mới sinh
개구쟁이	Cậu bé hay đùa nghịch
개척자	Người đi tiên phong
거인	Người khổng lồ
거지	Ăn mày
거짓말쟁이	Kẻ nói dối
걸인	Kẻ ăn xin
겁쟁이	Kẻ nhát gan
게으름뱅이	Kẻ lười biếng
겨레	Dân tộc
계집	Người phụ nữ, đàn bà
계집애	Đứa bé gái
고아	Trẻ mồ côi
곰보	Người mặt rỗ
꼽추	Người gù lưng
공주	Công chúa
공처가	Kẻ sợ vợ

과부	Quả phụ
괴짜	Kẻ quỉ quái
괴한	Kẻ quỉ quái
구경꾼	Dân tò mò, dân tham quan
구두쇠	Kẻ kẹt xỉn
군	Lính, quân
귀공자	Quí công tử
귀머거리	Người điếc tai
귀부인	Quí phu nhân
기형아	Trẻ quái thai
깍쟁이	Kẻ kẹt xỉn
꼬마	Đứa bé
나그네	Người du hành
난쟁이	Người lùn
남	Nam
남녀	Nam nữ
남녀노소	Nam nữ già trẻ
남성	Giới tính nam, nam tính
남자	Đàn ông, nam
남자친구	Bạn nam
남학생	Học sinh nam
녀석	Thằng, gã
노약자	Người già yếu
노인	Người già
노파	Bà già
놈	Thằng, gã

농아	Bị câm điếc
느림보	Người già
_님	Ngài, ông
달인	Nhân tài
당사자	Đương sự
대장부	Đại trượng phu
독불장군	Độc bất tướng quân, chỉ người làm theo ý mình
독신	Độc thân
동갑	Cùng tuổi
동급생	Học sinh đồng cấp
동기	Học sinh cùng khóa
동기동창	Cùng khóa cùng trường
동기생	Học sinh cùng kỳ
동년배	Bạn đồng niên
동료	Đồng nghiệp
동무	Đồng chí
동문	Bạn học
동반자	Người đồng hành, bạn đời
동창	Bạn học
동창생	Bạn cùng học
동포	Đồng bào
동호인	Người cùng sở thích
두목	Người lãnh đạo, đầu đảng
둔재	Thằng đần
또래	Tuổi

뚱보	Người mập béo
뜨내기	Kẻ lang thang
말썽꾸러기	Kẻ hay gây chuyện
망나니	Chỉ người rất xấu tính, kẻ xấu tính
맹인	Người mù
멋쟁이	Người có phong độ
멍청이	Kẻ ngớ ngẩn
명인	Danh nhân
목격자	Người mục kích, người làm chứng
못난이	Kẻ ngu đần
무법자	Kẻ vô pháp
미개인	Người ngu muội
미남	Mỹ nam, đẹp trai
미녀	Mỹ nữ, đẹp gái
미망인	Quả phụ
미성년자	Trẻ vị thành niên
미인	Mỹ nhân
민간인	Thường dân
민족	Dân tộc
바보	Thằng ngốc
반항아	Đứa trẻ hay chống đối
배신자	Kẻ phản bội
배우자	Bạn đời
백만장자	Người giàu có, triệu phú
백수	Tay trắng
백인종	Người da trắng

벗	Bạn
벙어리	Người câm
병신	Người tàn tật, thân bệnh tật
보호자	Người bảo hộ
본인	Bản thân mình
본토박이	Người sống ở mảnh đất đó đời này qua đời khác
부녀자	Phụ nữ, nữ
부인	Phu nhân
부자	Người giàu có
불청객	Khách không mời mà đến
빈털터리	Kẻ tay không
사나이	Đàn ông
사내	Đàn ông
사내아이	Cậu bé
사람	Con người
사모님	Quí bà
사부님	Sư phụ
사생아	Con ngoài giá thú
사팔뜨기	Người bị lác mắt
새댁	Nhà mới
새색시	Vợ mới cưới
색시	Vợ mới cưới hoặc gái bia ôm
선구자	Người đi tiên phong
선남선녀	Nam thanh nữ tú
선머슴	Cậu bé rất nghịch ngợm

선배	Tiền bối
선비	Học giả
선생님	Thầy giáo, tiên sinh
선후배	Bạn học trước và sau khóa học của mình
성인	Thành niên, người lớn
소경	Người mù
소녀	Thiếu nữ
소년	Thiếu niên
소아	Thiếu nhi, trẻ
손아랫사람	Đệ tử, nhân viên
손윗사람	Cấp trên
수재	Sự khéo tay
숙녀	Thục nữ
술고래	Kẻ nghiện rượu
술주정뱅이	Kẻ nghiện ngập
스승	Thầy giáo
시각장애자	Người khiếm khuyết nghe và nhìn
시골뜨기	Thằng nhà quê
식물인간	Người sống thực vật
신동	Thần đồng
신랑	Chú rể
신부	Cô dâu
신사	Thân sĩ
신생아	Trẻ mới sinh
신세대	Thế hệ mới

신체장애자	Trẻ khiếm khuyết
신출내기	Người mới vào nghề
실향민	Dân tị nạn
심술쟁이	Người bướng bỉnh
아가	Đứa bé còn bú mẹ
아가씨	Cô gái
아기	Trẻ thơ, trẻ còn bú mẹ
아동	Trẻ em
아랫사람	Người bề dưới
아씨	Madam, quí bà
아이	Em bé
아저씨	Chú, bác
아주머니	Dì, cô
아줌마	Dì, cô
아편쟁이	Người nghiện ma túy
악당	Bọn ác đảng
악동	Đứa bé hư hỏng
악질	Ác độc
안주인	Bà chủ nhà
앉은뱅이	Người tàn tật chỉ ngồi được không đứng được
알부자	Người rất giàu
애늙은이	Người trông già trước tuổi
애송이	Người trông trẻ trước tuổi
애인	Người yêu
애주가	Người thích uống rượu

애처가	Người yêu vợ
야만인	Người dã man
양반	Quí tộc
어르신	Người lớn
어른	Người lớn
어린이	Đứa bé
억만장자	Người giàu có
여걸	Nữ hào kiệt
여사	Nữ sĩ
여성	Nữ tính, giới tính nữ
여왕	Nữ hoàng
여인	Nữ nhân
여자	Phụ nữ
여자친구	Bạn gái
여장부	Nữ trượng phu
여학생	Nữ học sinh
연인	Người tình
영감	Ông cụ, ông già
영부인	Lệnh phu nhân, đệ nhất phu nhân
영아	Đứa bé còn bú
영재	Tài năng, năng khiếu
오른손잡이	Người thuận tay phải
오줌싸개	Đứa bé hay đái ra quần
왕	Vua
왕비	Vương phi
왕자	Vương tử

외톨이	Người không nơi nương tựa
왼손잡이	Người thuận tay trái
욕심쟁이	Kẻ tham lam
욕쟁이	Người hay chửi, kẻ hay chửi thề
울보	Người hay khóc, đứa bé hay khóc nhè
웃어른	Người lớn
원수	Kẻ thù
원시인	Người nguyên thủy
원주민	Thổ dân
위인	Vĩ nhân
윗사람	Cấp trên, người trên
유망주	Người có triển vọng
유명인	Người nổi tiếng
유명인사	Nhân vật nổi tiếng
유목민	Dân du mục
유복자	Người mồ côi bố trước khi sinh ra
유아	Đứa bé chưa đi học, trẻ còn bú
의뢰인	Người nhờ, người yêu cầu
이방인	Người ngoại quốc
이브	Eva
이웃	Hàng xóm
이웃사촌	Hàng xóm bà con
이재민	Dân gặp nạn
인간	Con người, nhân gian
인류	Nhân loại

인사	Nhân sự
인재	Nhân tài
인조인간	Người nhân tạo
인종	Nhân chủng (theo màu da)
잠꾸러기	Người ngủ nhiều
장난꾸러기	Người hay đùa
장년	Tuổi 30-40
장님	Người mù
장애인	Người tàn tật
장정	Tráng đinh, người đàn ông khỏe mạnh
저능아	Trẻ thiểu năng
절름발이	Người thọt chân
젊은이	Thanh niên
정박아	Trẻ bị suy nhược về thần kinh
정부	Bồ nam
정상인	Người bình thường
정신박약아	Trẻ thần kinh suy nhược
정신병자	Người bị bệnh tâm thần
제삼자	Người thứ ba
제자	Đệ tử
주동자	Người chủ động
주부	Nội trợ
죽마고우	Bạn nối khố, bạn từ thời thơ ấu
중년	Trung niên
지진아	Trẻ thiểu năng

지체부자유자	Người khuyết tật
직장동료	Đồng nghiệp
직장상사	Cấp trên
책벌레	Mọt sách
처녀	Thiếu nữ
천재	Thiên tài
철인	Triết gia
청각장애자	Người khiếm khuyết thính giác
청년	Thanh niên
청소년	Thanh thiếu niên
초보자	Người mới vào nghề
촌놈	Thằng nhà quê
촌뜨기	Thằng nhà quê
총각	Trai tân
추남	Người đàn ông xấu xí
추녀	Người phụ nữ xấu xí
친구	Bạn
키다리	Người cao lều khều
태아	Thai nhi
털보	Người lắm lông
팔방미인	Người giỏi toàn diện
폭군	Bạo chúa
행운아	Trẻ có vận may
허풍쟁이	Kẻ hay nói khoác
현대인	Người hiện đại
홀몸	Một thân một mình

홀아비	Người chồng mất vợ
홀쭉이	Người gầy đét gầy đơ
황인종	Dân da vàng
후계자	Người thừa kế
후배	Hậu bối
후보자	Ứng cử viên
흑인종	Người da đen

자연현상

가랑비	Mưa phùn
가물가물	Khô hạn
가물다	Khô
가뭄	Hạn hán
가시광선	Ánh sáng có thể nhìn
가을바람	Gió thu
강바람	Gió mạnh
강수량	Lượng mưa
강추위	Cơn lạnh, rét hại
건조주의보	Cảnh báo khô hạn
건조하다	Khô
겨울바람	Gió đông
계절풍	Gió theo mùa
고기압	Khí áp cao
고드름	Dây nước đá, nhụ nước đá
광풍	Gió mạnh, cuồng phong
구름	Mây
그림자	Cái bóng
그치다	Ngưng, dừng
기상	Khí tượng
기상관측	Quan sát khí tượng

기상청	Cơ quan thủy văn
기상통보	Thông báo khí tượng
기상특보	Đặc báo về khí tượng
기압	Khí áp
기압계	Máy đo khí áp
기온	Nhiệt độ
기후	Khí hậu
꽃샘추위	Cơn lạnh đầu xuân khi hoa nở
끼다	Có sương mù
나쁘다	Xấu
난류	Dòng nước ấm
날씨	Thời tiết
남풍	Gió nam
낮다	Thấp
내려가다	Đi xuống
내리다	Xuống
냉기	Không khí lạnh
녹다	Tan ra
높다	Cao
눈	Tuyết
눈꽃	Hoa tuyết
눈보라	Gió tuyết
눈사람	Người tuyết
눈사태	Tuyết lở
눈송이	Bông tuyết
눈싸움	Trò chơi ném nhau bằng tuyết

늦더위	Cơn nóng muộn, nóng cuối hè
단비	Cơn mưa lâu ngày mới có
달 그림자	Bóng trăng
달빛	Ánh trăng
대기오염	Ô nhiễm không khí
대설경보	Cảnh báo có tuyết lớn
대설주의보	Thông báo có tuyết lớn
대자연	Tự nhiên
더위	Đợt nóng
덥다	Nóng
동풍	Gió đông
따갑다	Nóng rát, bỏng
따끈하다	Ấm áp
뜨겁다	Nóng bỏng
맑다	Trong lành
먹구름	Mây đen
먼지	Bụi
무더위	Cơn nóng
무덥다	Nóng
무역풍	Gió mùa
무지개	Cầu vồng
물결	Sóng nước
물안개	Sương mù
미지근하다	Âm ấm
밀물	Nước ngọt
바람	Gió

자연현상

밤안개	Sương mù tối
백야	Đêm trắng
번개	Chớp
번쩍	Sáng, lóe lên
벼락	Sét
볕	Ánh sáng mặt trời, ánh nắng
봄바람	Gió xuân
북풍	Gió bắc
불다	Thổi
불볕	Ánh nắng nóng như lửa
불쾌지수	Chỉ số khó chịu
비	Mưa
비구름	Mây mưa
빗방울	Giọt mưa
산들산들	Nhè nhẹ (thổi)
산불	Cháy rừng
산사태	Núi sập lở
삼복더위	Nóng tháng ba
상온	Nhiệt độ bình quân
새다	Rò, rỉ
새벽안개	Sương ban mai
생태계	Hệ sinh thái
서늘하다	Râm mát
서리	Sương muối
서풍	Gió tây
설경	Cảnh tuyết

섭씨	Độ C
소나기	Mưa rào
솔솔	Nhè nhẹ
수심	Độ sâu
수온	Nhiệt độ nước
수질오염	Ô nhiễm nước
수해	Thiệt hại do bão lụt
습기	Độ ẩm
습도계	Máy đo độ ẩm
시리다	Tê (lạnh)
시원하다	Dễ chịu, thoải mái
실온	Nhiệt độ trong phòng
싸늘하다	Lành lạnh
쌓이다	Chất đống
악천후	Thời tiết tồi tệ
안개	Sương
안개비	Mưa và sương mù
얼다	Đóng băng
얼음	Đá, băng
여우비	Cơn mưa bất chợt
열기	Hơi nóng
열리다	Mở ra
영상	Dương, trên 0 độ
영하	Âm, dưới 0 độ
오존	Tầng ôzôn
온기	Không khí nóng

자연현상

온도계	Nhiệt độ kế
용암	Dung nham
우레	Sấm
운량	Lượng mây
월식	Nguyệt thực
육풍	Gió lục địa
이슬	Sương, hơi nước
일기	Thời tiết
일기예보	Dự báo thời tiết
자연과학	Khoa học tự nhiên
자연법칙	Nguyên tắc tự nhiên
자연파괴	Phá hoại tự nhiên
자연환경	Môi trường tự nhiên
잔잔하다	Lắng lặng, lằng lặng, lăn tăn (sóng nước)
장마	Mưa dài ngày (ở HQ)
저물다	Lặn (mặt trời)
적설량	Lượng tuyết
적외선	Tia tử ngoại
젖다	Ướt
제설기	Máy xúc tuyết
제설작업	Công việc khử tuyết
조류	Dòng chảy
지열	Nhiệt độ trái đất
차갑다	Lạnh
첫눈	Tuyết đầu mùa
추위	Cơn lạnh

태양	Mặt trời
태풍	Bão
파도	Cơn sóng
평평	Bình lặng, bằng phẳng
폭풍우	Mưa gió
풍속	Tốc độ gió
풍향계	Thiết bị đo hướng gió
한기	Hơi lạnh
한류	Dòng chảy lạnh
한파	Cơn lạnh
해	Mặt trời
해류	Hải lưu
햇빛	Ánh sáng mặt trời
홍수	Lụt
화산	Núi nửa
황혼	Hoàng hôn
휴화산	Núi lửa đã hết phun
흐르다	Chảy

자연현상

주생활

가건물	Tòa nhà tạm
가게	Cửa hàng
가겟집	Cửa hiệu
가구	Gia cụ
가구디자인	Thiết kế nội thất
가구배치	Bố trí đồ gia cụ
가루비누	Xà bông bột
가마니	Cái bao, túi rơm
가방	Túi xách, cái cặp
가스관	Ống gas
가스레인지	Bếp gas
가습기	Máy bổ sung độ ẩm
가옥	Nhà riêng, nhà ở (nói chung)
가위	Cái kéo
가장	Chủ gia đình
가전제품	Đồ dùng điện tử
가정	Gia đình
가정환경	Hoàn cảnh gia đình
간판	Tấm bảng
개수대	Bồn rửa bát
개인 용품	Đồ dùng cá nhân

개조하다	Cải tạo
개축	Xây dựng sửa chữa
거실	Phòng khách
거울	Tấm gương
거주자	Người cư trú
거주지	Nơi cư trú
거주하다	Cư trú
거처	Ở, lưu trú
건넌방	Phòng bên cạnh
건물	Tòa nhà
건배	Cạn ly, nâng ly
건설	Xây dựng
건설비	Chi phí xây dựng
건설업체	Doanh nghiệp xây dựng
건설하다	Xây dựng
건축	Kiến trúc
건축가	Kiến trúc sư
건축기사	Thợ kiến trúc
건축물	Tòa nhà
건축설계사	Kiến trúc sư
건축양식	Mẫu kiến trúc
건축하다	Kiến trúc
건축현장	Hiện trường xây dựng
건평	Diện tích xây dựng tính theo Pyong (=3,3m^2)
걸레	Giẻ lau

게시판	Bảng thông báo
경로당	Hội quán bô lão, trại dưỡng lão
경보기	Còi báo hiệu
경치	Cảnh trí
계단	Cầu thang, bậc thang
고아원	Cô nhi viện
고을	Huyện
고장	Huyện, quận
고층빌딩	Chung cư cao tầng
고치다	Sửa chữa
곳간	Nhà kho
공공건물	Tòa nhà công cộng
공구	Công cụ
공기청정기	Máy lọc không khí
공동의식	Ý thức chung
공동주택	Nhà ở chung, nhà ở công cộng
공부방	Phòng học
공사	Công trình
공사장	Hiện trường công trình
공사판	Hiện trường công trình
공인중개사	Văn phòng môi giới có phép
과도	Dao cắt trái cây
관청	Tòa nhà
광	Ánh sáng
광역시	Thành phố trực thuộc trung ương
교회	Nhà thờ

구	Quận
구두약	Thuốc đánh giày
군	Quận
굴뚝	Ống khói
궁	Cung điện
궁궐	Cung điện
궁전	Cung điện
궤	Cái hộp
궤짝	Cái hộp
귀이개	Cái chòi tai
기구	Bát đĩa nồi niêu xong chảo
기둥	Cây cột
기숙사	Ký túc xá
기숙사규칙	Nội qui ký túc xá
기와	Ngói
기와집	Nhà ngói
기초공사	Công trình cơ bản
깔개	Cái nệm ngồi
끈	Dây cột
나무	Cây
나사못	Cái đinh
난간	Lan can
난로	Cái lò
난방	Phòng sưởi ấm
남향	Hướng nam
내부공사	Thi công bên trong

내장	Nội thất
냉방	Phòng lạnh, phòng máy lạnh
냉장고	Tủ lạnh
널빤지	Tấm gỗ, tấm phản
누추하다	Bẩn thỉu
다리미	Cái bàn là
다리미대	Cái kệ để là
다리미판	Cái bàn để là
다세대주택	Tòa nhà có nhiều căn hộ
단독주택	Nhà riêng biệt, biệt thự
단열	Chắn nóng
단열재	Chất chắn nhiệt
단체 생활	Sinh hoạt tập thể
단층집	Nhà đơn tầng
단칸방	Nhà chỉ có một phòng
달동네	Xóm nghèo ven núi
달력	Tờ lịch
담	Bức tường
담요	Cái chăn đắp
대리석	Đá cẩm thạch
대문	Cổng chính
대야	Cái chậu
대지	Đất
대청소하다	Tổng vệ sinh
댁	Nhà
덮개	Cái chăn, cái nắp

덮다	Đắp, đậy
도끼	Cái rìu
도둑맞다	Mất trộm
도망가다	Bỏ trốn
도배하다	Dán tường
도시	Đô thị
도시락가방	Túi đựng cặp lồng
도장	Đóng dấu
돗자리	Cái chiếu
동	Phường
동거하다	Sống chung
동네	Xóm, khu phố
동향	Hướng đông
둥지	Cái tổ, cái ổ
뒷문	Cửa sau
드라이버	Tô vít
드릴	Cái dùi
등	Bóng đèn, đèn
등기	Đăng ký
등기서류	Hồ sơ đăng ký
등잔	Đèn dầu, cái chao đèn
마개	Cái nút, cái nắp
마당	Sân
마루	Mái nhà
마을	Làng, làng xóm
막사	Lều, trại

만년필	Viết mực, bút máy
망치	Cái búa
맨션	Chung cư cao cấp
먼지떨이	Cái gạt bụi
메모지	Giấy ghi chép
면도기	Máy cạo râu
면도칼	Dao cạo râu
모기장	Cái màn
모래	Cát
모텔	Khách sạn
목욕탕	Phòng tắm
목재	Gỗ
못	Cái đinh
무선전화기	Điện thoại không dây
무허가주택	Nhà không có giấy phép
묶다	Trói, cột
문	Cửa
문고리	Cái tay nắm cửa
물비누	Xà bông nước
민박	Trú ở nhà dân
민박집	Nhà dân cho người khác ở nhờ
밀봉하다	Đóng gói kỹ
바가지	Cái chậu, cái gáo múc nước
바구니	Cái rổ
바늘	Kim, cây kim
바닥	Nền nhà

바닥재	Nguyên liệu làm nền
발	Chân
밥상	Bàn ăn
밧줄	Dây thừng
방	Căn phòng
방망이	Cái gậy, cây gậy
방석	Tấm nệm ngồi
방수	Chống thấm, chống nước
방음	Chống ồn
방충망	Tấm màn chống muỗi và côn trùng
배낭	Ba lô
배선	Bố trí đường dây điện
백열등	Bóng đèn trắng
백화점	Siêu thị
번지	Số (khu phố, khu vực)
베개	Cái gối
베란다	Lan can
벽	Tường
벽걸이	Cái treo lên tường
벽돌	Gạch xây tường
벽돌집	Nhà xây tường, nhà gạch
벽시계	Đồng hồ tường
벽지	Giấy dán tường
변기	Bồn cầu
별장	Biệt thự

병	Bệnh tật
병따개	Cái mở nắp chai
병풍	Bình phong
보금자리	Cái tổ, cái ổ
보수공사	Sửa chữa
보안장치	Thiết bị bảo vệ
보온	Giữ nhiệt
보육원	Nhà trẻ
보일러	Nồi hơi sưởi ấm
보일러실	Phòng để nồi hơi
보조가방	Túi phụ
복덕방	Phòng môi giới bất động sản
복도	Hành lang
본채	Nhà chính, gian chính
볼펜	Bút bi
봉지	Mái ngói
봉투	Bao thư
봉하다	Gói lại, đóng lại, niêm phong
부대	Cái bao, cái túi
부동산	Bất động sản
부수다	Đập vỡ
부실공사	Phá, hủy, xây dựng ẩu
부엌방	Căn phòng bếp, nhà bếp
부엌	Bếp
부엌가구	Đồ dùng nhà bếp
부채	Cái quạt giấy

북향	Hướng bắc
붓다	Rót (nước)
비누	Xà bông
비닐하우스	Nhà lợp ni lông
비디오	Video
비우다	Để trống
빈민가	Phố dân nghèo
빌딩	Tòa nhà
빌라	Biệt thự
빗	Cái lược
빗자루	Cái chổi
삐삐	Tiếng máy nhắn tin
사다리	Cái thang
사무실	Văn phòng
사진기	Máy ảnh
산장	Nhà trên núi
살다	Sống
살림살이	Cuộc sống
상가	Khu phố buôn bán
상수도	Nước máy
상자	Cái hộp
상점	Cửa hàng
생리대	Băng vệ sinh
생활용품	Đồ dùng sinh hoạt
생활필수품	Hàng cần tiêu dùng hằng ngày
서랍	Ngăn kéo

서류가방	Túi đựng tài liệu
서재	Phòng sách
서향	Hướng tây
석재	Hòn đá
선풍기	Quạt gió
설계	Thiết kế
설계도	Bản thiết kế
설계하다	Thiết kế
성냥	Diêm
성당	Thánh đường
세대	Thế hệ
세면대	Bồn rửa mặt
세부공사	Thi công chi tiết
세입자	Người thuê ở
세정제	Chất tẩy rửa
세제	Chất tẩy, xà bông
세척제	Chất sát trùng, tẩy
세탁기	Máy giặt
셋방	Phòng cho thuê
소지품	Hàng mang theo
소파	Sôpha
소화기	Bình cứu hỏa
손지갑	Ví nhỏ
손가방	Túi xách tay
손거울	Gương tay
손목시계	Đồng hồ đeo tay

손수건	Khăn mùi soa
손톱깎이	Cái cắt móng tay
쇠사슬	Cái xích sắt
수건	Khăn
수도	Nước
수도꼭지	Vòi nước
수리하다	Sửa chữa
수세미	Cái nùi rửa bát
수화기	Ống nghe điện thoại
숙박	Ở trọ
숙박시설	Cơ sở vật chất ở trọ
슈퍼마켓	Cửa hàng, siêu thị
승강기	Thang máy
시계	Đồng hồ
시골	Quê, nông thôn
시골집	Nhà ở quê
시공	Thi công
시멘트	Xi măng
시설	Thiết bị, cơ sở vật chất
시설물	Cơ sở vật chất
식기건조기	Máy làm khô bát đĩa
식기세척기	Máy rửa bát đĩa
식당	Nhà hàng
식칼	Dao ăn
식탁	Bàn ăn
식탁보	Khăn trải bàn

신방	Tân phòng
신축	Mới xây dựng
신혼가구	Đồ dùng tân hôn
실내	Trong phòng
실내장식	Trang trí trong phòng
실외	Ngoài phòng
쓰레기	Rác
쓰레기통	Thùng rác
쓰레받기	Cái hốt rác
아파트	Chung cư
아프다	Đau ốm
안방	Căn buồng
액자	Cái khung hình
약도	Sơ đồ
양도세	Thuế chuyển nhượng
양로원	Viện dưỡng lão
양옥	Nhà kiểu Tây
어린이 방	Căn phòng dành cho thiếu nhi
엘리베이터	Thang máy
여관	Khách sạn
여인숙	Nhà trọ
역	Ga tàu
연립주택	Tòa nhà ở có nhiều căn hộ, cư xá
연장	Công cụ
연필	Viết chì

열쇠	Chìa khóa
옆방	Căn phòng bên cạnh
오피스텔	Văn phòng kiêm khách sạn
옥상	Sân thượng
온수	Nước nóng
온풍기	Máy thổi hơi nóng
올리다	Đi lên
옷걸이	Cái mắc áo
옷장	Tủ áo quần
완공	Hoàn công
완구	Đồ chơi
외박하다	Ngủ bên ngoài
외출하다	Đi ra ngoài
요	Cái nệm
욕실	Phòng tắm
욕조	Bể tắm
용기	Cái lọ, cái chai, cái bình
우리	Chúng tôi
우산	Cái ô
우편번호	Số hòm thư
울타리	Hàng rào
움막	Cái lều
월세	Thuê hằng tháng
유리	Kính
읍	Ấp
읍내	Trong ấp

응접실	Phòng tiếp khách
의자	Cái ghế
이민	Di dân
이부자리	Chăn màn
이불	Chăn
이사	Chuyển nhà
이쑤시개	Tăm xỉa răng
이웃	Hàng xóm
이웃집	Nhà hàng xóm
이층집	Nhà có hai tầng
인감도장	Con dấu cá nhân
일상생활	Sinh hoạt hằng ngày
임대	Cho thuê
임대료	Tiền cho thuê
임대주택	Nhà cho thuê
자갈	Hòn sỏi
자루	Cái túi, cái bao
자명종시계	Đồng hồ báo giờ
자물쇠	Ổ khóa
자취방	Phòng tự nấu ăn
잠자리	Chỗ ngủ
장난감	Đồ chơi
장롱	Cái tủ
장식품	Đồ trang sức
장식하다	Trang sức, trang trí
장판	Tấm trải

재개발	Tái xây dựng
재떨이	Cái gạt tàn thuốc
재봉틀	Máy khâu
재산세	Thuế tài sản
저울	Cái cân
저택	Nhà ở
전광판	Bảng quảng cáo chạy điện
전구	Bóng điện tròn
전기	Điện
전기밥솥	Nồi cơm điện
전기장판	Tấm nệm điện
전등	Bóng đèn
전선	Dây điện
전세	Thuê đặt cọc
전원주택	Nhà có sân vườn
전자제품	Đồ điện tử
전화기	Máy điện thoại
전화번호	Số điện thoại
전화선	Dây điện thoại
점포	Cửa hàng
접착제	Keo dán
정문	Cửa chính
정원	Vườn
정화조	Bồn lọc nước
제습기	Máy tạo độ ẩm
조립주택	Nhà lắp ráp

조립하다	Lắp ráp
조명	Chiếu sáng
조명기구	Dụng cụ chiếu sáng
족집게	Cái nhíp
종이	Tờ giấy
주거	Cư trú
주거지	Nơi cư trú
주거환경	Môi trường cư trú
주머니	Cái túi
주민	Cư dân
주민등록증	Chứng minh nhân dân
주방	Bếp
주방용품	Đồ dùng nhà bếp
주소	Địa chỉ
주차장	Bãi đỗ xe
준공	Hoàn công
준공검사	Kiểm tra hoàn công
줄자	Thước dây
지갑	Cái ví
지방	Địa phương
지붕	Mái ngói
지우개	Cái tẩy
지팡이	Cây gậy
지하실	Phòng ngầm
질그릇	Bát đĩa
집	Nhà

집기	Dụng cụ, công cụ
집무실	Văn phòng
집세	Tiền thuê nhà
집주인	Chủ nhà
짓다	Xây, làm
착공	Khởi công
창고	Nhà kho
창문	Cửa sổ
창틀	Khung cửa sổ
책가방	Túi xách
책장	Bàn học
천장	Trần nhà
철거하다	Giải tỏa
철근	Dây thép
청소기	Máy hút bụi
청소하다	Dọn vệ sinh
체류하다	Cư trú
초가집	Nhà tranh
초인종	Chuông
층	Tầng
치약	Kem đánh răng
침대	Giường, nệm
침실	Phòng ngủ
칫솔	Bài chải đánh răng
칼	Dao
커튼	Cái rèm

컴퓨터	Máy tính
콘크리트	Bê tông
큰방	Phòng lớn
타자기	Máy đánh chữ
탁자	Cái bàn
탈수기	Máy sấy
탈의실	Phòng thay quần áo
텔레비전	Ti vi
토목공사	Công trình đường sá
톱	Cái cưa
통	Cái hộp
페인트	Sơn
평	Đơn vị đo Pyong, 3.3 mét vuông
표백제	Chất tẩy trắng
풀	Cỏ
피뢰침	Cột thu lôi
하수구	Cống thoát nước
하수도	Nước thải, nước đã dùng
하숙 하다	Trọ
하숙집	Nhà trọ
학교	Trường học
한옥	Nhà kiểu Hàn Quốc
함	Cái thùng
항아리	Cái lọ, cái chum, vại (bằng sành sứ)
핸드백	Túi xách
행정구역	Khu vực hành chính

현관	Hành lang trước
형광등	Đèn huỳnh quang
호주	Chủ hộ
호텔	Khách sạn
호화롭다	Hào hoa
화장대	Bàn trang điểm
화장실	Nhà vệ sinh
화재경보기	Chuông báo cháy
환풍	Thay đổi không khí
환풍기	Máy hút gió
회전의자	Ghế quay tròn
후문	Cửa hậu
휴게실	Phòng nghỉ
휴지통	Thùng giấy loại

직업과 직장

가공반	Bộ phận gia công
가사	Việc nhà
가수	Ca sĩ
가위	Kéo
가정부	Người giúp việc nhà
각인	Việc khắc (số, chữ)
간부사원	Nhân viên lãnh đạo
간호사	Y tá
감독	Đạo diễn hoặc Huấn luyện viên
강사	Giảng viên đại học
개그맨	Diễn viên hài
건달	Giang hồ
건설업	Nghề xây dựng
건설업자	Người làm nghề xây dựng
건축가	Kiến trúc sư
건축기사	Kỹ sư kiến trúc
검사	Giám sát, kiểm sát
검사반	Bộ phận kiểm tra
결근	Nghỉ việc
경도계	Đồng hồ đo độ cứng
경력사원	Nhân viên có kinh nghiệm

경리	Kế toán
경리장	Kế toán trưởng
경비아저씨	Ông bảo vệ
경비원	Bảo vệ, vệ sĩ
경영인	Người kinh doanh
경영진	Ban điều hành kinh danh, ban giám đốc
경영하다	Kinh doanh
경첩	Bản lề
계산기	Máy tính
고무망치	Búa cao su
고용	Tuyển dụng
고용인	Người được tuyển dụng
고용주	Chủ tuyển dụng
고용하다	Tuyển dụng
고장이 나다	Hư hỏng
고참	Tiền bối, người vào công ty trước
고치다	Sửa chữa
공구	Công cụ
공무원	Viên chức, công chức
공업	Công nghiệp
공예가	Thợ thủ công, nghệ nhân
공장	Nhà máy / công xưởng
공장장	Quản đốc
공직자	Viên chức, công chức
과장	Trưởng chuyền

과학자	Nhà khoa học
관리자	Người quản lý
관리직	Chức vụ quản lý
광부	Thợ mỏ
광업	Nghề mỏ
교사	Giáo viên
교수	Giáo sư
교황	Giáo hoàng
구두닦이	Người đánh giày
구리스	Mỡ bôi trơn
국무총리	Thủ tướng Chính phủ
국회의원	Nghị sĩ Quốc hội
군수	Chủ tịch quận
군인	Quân nhân
극작가	Nhà soạn kịch
근로자	Người lao động
근무	Làm việc
근무시간	Thời gian làm việc
근무자	Người làm việc
근무처	Nơi làm việc
근무하다	Làm việc
금융업	Ngành tín dụng
급여	Lương
기계	Máy móc
기계공	Thợ cơ khí
기관사	Thợ máy

기관장	Máy trưởng
기능공	Thợ lành nghề
기록하다	Vào sổ / ghi chép
기본월급	Tiền lương cơ bản
기사	Kỹ sư, tài xế, thợ máy
기술사	Nhân viên kỹ thuật
기술직	Công việc kỹ thuật
기업인	Doanh nhân
기자	Nhà báo
기장	Cơ trưởng
끄다	Tắt
낙농업	Nghề chăn nuôi lấy sữa
내수품	Hàng tiêu dùng nội địa
노동	Lao động
농부	Nông dân
농업	Nông nghiệp
능력	Năng lực
능률	Năng suất
당직	Trực ca, ca trực
대기업	Doanh nghiệp lớn
대리	Phó chuyền, đại lý
대통령	Tổng thống
대표이사	Chủ tịch hội đồng quản trị
도예가	Thợ gốm
도지사	Chủ tịch tỉnh
동시통역사	Người phiên dịch đồng thời

동장	Trưởng phường
드라이버	Tô vít
디자이너	Nhà thiết kế
라인	Dây chuyền
리포터	Phóng viên
마담	Nhà mỹ thuật
막노동꾼	Người lao động tay chân
막노동	Lao động tay chân
막일	Công việc tay chân
망치	Búa
맞벌이	Hai vợ chồng đều đi làm
매니저	Quản lý
면장	Trưởng ấp
면접	Phỏng vấn
명예퇴직	Nghỉ hưu danh dự, nghỉ hưu sớm
모델	Người mẫu
목공	Thợ mộc
목사	Mục sư
몽키	Mỏ lết
무단결근	Nghỉ không lý do
무당	Bà đồng
무역부	Bộ phận xuất nhập khẩu
무용가	Diễn viên múa
무직	Thất nghiệp, không nghề nghiệp
미싱	Máy may
미싱반	Dây chuyền may

미싱사	Thợ may
미용사	Thợ uốn tóc trang điểm
미장이	Thợ trang điểm uốn tóc
반	Chuyền
반장	Trưởng ca
반장	Đội trưởng
반주자	Nhạc công
발명가	Nhà phát minh
방송인	Người làm công tác phát thanh
방송작가	Tác giả phát thanh truyền hình
배관공	Thợ đi đường ống
배달부	Người đưa hàng
배달원	Nhân viên đưa hàng
배우	Diễn viên
백수	Tay trắng
백지	Giấy trắng
법관	Nhân viên tòa án
변리사	Nhân viên biện lý
변호사	Luật sư
보너스	Tiền thưởng
보모	Bảo mẫu
보일러공	Thợ nồi hơi
복무하다	Phục vụ
복부인	Người kinh doanh bất động sản
복사기	Máy photocopy
복직하다	Phục chức

본봉	Lương gốc, lương cơ bản
본업	Nghề gốc
볼트	Ốc vít
봉급	Lương
봉급쟁이	Người làm công ăn lương
부랑자	Kẻ vô công rồi nghề
부사장	Phó giám đốc
부서	Bộ phận
부업	Nghề phụ
부장	Trưởng phòng
부품	Phụ tùng
부하직원	Nhân viên cấp dưới
분장사	Nhân viên hóa trang
분해시키다	Tháo máy
불량품	Hàng hư
비서	Thư ký
비행사	Phi công
사냥꾼	Thợ săn
사모님	Bà chủ
사무실	Văn phòng
사무직	Nhân viên văn phòng
사업	Kinh doanh
사업가	Doanh nghiệp, nhà doanh nghiệp
사업자	Doanh nghiệp, doanh nhân
사원	Nhân viên
사장	Giám đốc

사직서	Thư xin thôi việc
사진사	Thợ ảnh
사포	Giấy ráp
사표	Thư xin thôi việc
산업	Ngành, nghề
상사	Công ty thương mại
상업	Thương nghiệp
상여금	Tiền thưởng
상인	Thương nhân
생계수단	Kế sinh sống
생산부	Bộ phận sản xuất
생산직	Nhân viên trực tiếp sản xuất
생업	Sinh kế
서비스업	Ngành dịch vụ
서예가	Nhà thư pháp
선교사	Nhà truyền đạo
선반	Máy tiện
선반공	Thợ tiện
선생	Giáo viên
선원	Thuyền viên
선임	Người tiền nhiệm
선장	Thuyền trưởng
설계사	Kiến trúc sư
섬유기계	Máy dệt
성악가	Nhà thanh nhạc
세무사	Nhân viên thuế

소설가	Tiểu thuyết gia
수공업	Nghề thủ công
수녀	Tu nữ
수당	Thù lao, trợ cấp
수량	Số lượng
수산업	Nghề thủy hải sản
수상	Thủ tướng
수습	Thực tập
수위	Bảo vệ
수의사	Bác sĩ thú y
수출품	Hàng xuất khẩu
수필가	Nhà văn
숙직	Ăn ở
스님	Nhà sư
스위치	Công tắc
스튜어디스	Tiếp viên hàng không
스패너	Cờ lê
승려	Nhà sư, tăng lữ
승무원	Tiếp viên hàng không
승진	Thăng tiến
시말서	Bản kiểm điểm
시인	Nhà thơ
시장	Thị trưởng
식당아주머니	Bà nấu ăn
신문판매원	Người bán báo
신부	Cô dâu

신입사원	Nhân viên mới vào công ty
신참	Người mới đảm nhiệm
실업	Thất nghiệp
실업가	Người thất nghiệp
실직	Mất việc
실직하다	Thất nghiệp
심야수당	Tiền làm đêm khuya
아나운서	Phát thanh viên
안전모	Mũ an toàn, nón bảo hộ lao động
압축기	Máy nén
야간	Ca đêm
야간근무	Làm đêm
야근	Ca đêm
약사	Dược sĩ
양돈업	Nghề nuôi heo
양봉업	Nghề nuôi ong
양식업	Nghề nuôi trồng
양잠업	Nghề nuôi tằm
어부	Ngư phủ
어업	Ngư nghiệp
업무부	Bộ phận nghiệp vụ
업무	Công việc
에어컨	Máy lạnh
여권	Hộ chiếu
연구원	Nhân viên nghiên cứu
연극인	Diễn viên kịch

연금	Lương hưu
연기자	Diễn viên
연마석	Đá mài
연봉	Lương năm
연수생	Tu nghiệp sinh
연예인	Văn nghệ sĩ
연주가	Nghệ sĩ
연출가	Diễn viên
열쇠/키	Chìa khóa
영양사	Người phụ trách dinh dưỡng, người nấu ăn
영업	Kinh doanh
영업사원	Nhân viên kinh doanh
영업직	Nghề kinh doanh
영업하다	Kinh doanh
영화감독	Đạo diễn phim
영화인	Người làm phim
예술가	Nhà nghệ thuật
예언가	Nhà chiêm tinh
완성반	Bộ phận hoàn tất
외교관	Nhân viên ngoại giao
외국인근로자	Lao động nước ngoài
외국인등록증	Thẻ người nước ngoài
외근	Đi làm bên ngoài
외판원	Người đi bán hàng bên ngoài
요리사	Đầu bếp
용역	Cung cấp nhân lực

용접공	Thợ hàn
용접기	Máy hàn
용접봉	Que hàn
우레탄망치	Búa nhựa
우편배달부	Người đưa thư
운동선수	Vận động viên thể thao
운영하다	Vận hành
운전기사	Tài xế, lái xe
원예업	Nghề trồng cây cảnh
원자재	Nguyên phụ liệu
월급	Lương tháng
월급날	Ngày trả lương
월급명세서	Bảng lương
월급쟁이	Người làm công ăn lương
유해수당	Tiền trợ cấp độc hại
은행원	Nhân viên ngân hàng
은행장	Giám đốc ngân hàng
음악가	Nhà soạn nhạc
읍장	Trưởng ấp
의사	Bác sĩ
이교대	Làm hai ca
이력서	Lý lịch
이발사	Thợ cắt tóc
이사	Phó giám đốc
인사발령	Lệnh điều động công tác
인사이동	Di chuyển nhân sự

인쇄업	Ngành in
인턴사원	Nhân viên tập sự
일	Công việc
일거리	Việc để làm
일꾼	Người lao động
일당	Tiền công ngày
일을 끝내다	Kết thúc công việc
일을 시작하다	Bắt đầu công việc
일을 하다	Làm việc
일자리	Chỗ làm
일직	Ngày làm việc
일터	Nơi làm việc
일하다	Làm việc
임금	Lương
임시직	Công việc tạm thời
임시직원	Nhân viên tạm thời
임업	Lâm nghiệp
임원	Lãnh đạo, người chủ đạo (tổ chức)
입사하다	Vào công ty
자수기계	Máy thêu
자영업	Tự kinh doanh
작가	Tác giả
작곡가	Người soạn nhạc
작동시키다	Cho máy chạy
작사가	Nhà văn, người soạn kịch

작업량	Lượng công việc, sản lượng
작업복	Áo quần bảo hộ lao động
잔업	Làm thêm
잔업수당	Tiền tăng ca / làm thêm
잡역부	Người lao công, tạp dịch
장갑	Găng tay
장관	Bộ trưởng
장부	Sổ sách
장사꾼	Dân buôn
장의사	Người bán đồ tang lễ
재고품	Hàng tồn kho
재단기	Máy cắt
재단반	Bộ phận cắt
재단사	Thợ cắt
재봉사	Thợ may
전기기사	Thợ điện
전도사	Người truyền đạo
전문가	Nhà chuyên môn
전문직	Chức vụ chuyên môn
전업	Nghề cũ
전화기	Máy điện thoại
전화번호	Số điện thoại
점원	Nhân viên bán hàng
점쟁이	Thầy bói
접대부	Nhân viên phục vụ
정년퇴임	Nghỉ hưu

정원사	Thợ làm vườn
정지시키다	Dừng máy
제조업	Nghề chế tạo sản xuất
제품	Sản phẩm
조각가	Nhà điêu khắc
조리사	Nhân viên y tế, người nấu ăn
조정하다	Điều chỉnh
조종사	Phi công
조퇴	Về sớm
종사하다	Làm việc
종업원	Nhân viên
좌천	Giáng cấp, xuống cấp
좌천되다	Bị xuống cấp
주간	Ca ngày
주간근무	Làm ngày
주급	Lương theo tuần
주방장	Bếp trưởng
주부	Người nội trợ
주차관리인	Người quản lý bãi đỗ xe
중소기업	Doanh nghiệp vừa và nhỏ
중장비기사	Kỹ sư máy hạng nặng
지게차	Xe nâng
지관	Viên chức địa phương
지배인	Người quản lý
지휘관	Viên chỉ huy
지휘자	Người chỉ huy

직공	Công nhân
직급	Chức vụ
직업	Nghề nghiệp
직업관	Suy nghĩ về nghề nghiệp
직업병	Bệnh nghề nghiệp
직업윤리	Luân lý nghề nghiệp
직업의식	Ý thức nghề nghiệp
직원	Nhân viên
직장	Nơi làm việc
직장동료	Đồng nghiệp
직장상사	Lãnh đạo công ty
직장생활	Làm việc công ty
직장인	Nhân viên chức
직종	Loại ngành nghề
창녀	Gái điếm
창업	Bắt đầu kinh doanh
채용하다	Tuyển dụng
책임자	Người chịu trách nhiệm
청소부	Người dọn vệ sinh
청소아주머니	Bà dọn vệ sinh
총리	Thủ tướng
총무부	Bộ phận hành chính
총재	Thống chế, chủ tịch một đảng
촬영기사	Thợ ảnh, thợ quay phim
축산업	Nghề súc sản
출근	Đi làm

출근카드	Thẻ chấm công
출근하다	Đi làm
출장	Đi công tác
출판인	Người làm công tác in ấn
취직	Xin việc
취직하다	Xin việc
카메라맨	Người quay phim
칼	Dao
컴퓨터	Máy vi tính
켜다	Bật lên
코미디언	Nghệ sĩ hài
크레인	Xe cẩu
태업	Ngưng việc
탤런트	Diễn viên, tài tử
톱날	Lưỡi cưa
통신사	Nhân viên thông tin
통장	Sổ ngân hàng
퇴근	Tan ca
퇴근하다	Tan ca
퇴사하다	Thôi việc
퇴직	Nghỉ việc
퇴직금	Tiền trợ cấp thôi việc
퇴직하다	Nghỉ việc
퇴출	Về hưu, nghỉ việc
트럭	Xe chở hàng / xe tải
특근수당	Lương làm chủ nhật

파업	Đình công
파출부	Người giúp việc
판매직	Công việc bán hàng
판사	Thẩm phán
팩스기	Máy fax
펜치	Kìm
편집인	Người biên tập
폐업	Nghỉ kinh doanh, đóng cửa
포장기	Máy đóng gói
포장반	Bộ phận đóng gói
품질	Chất lượng
프레스	Máy dập
프로듀서	Xưởng phim
프린터기	Máy in
피부관리사	Nhân viên chăm sóc thẩm mỹ da
하청업자	Doanh nghiệp thầu phụ
학생	Học sinh
학자	Học giả
한의사	Thầy thuốc đông y
항해사	Nhà hàng hải
해고하다	Cho nghỉ việc
행정직	Chức vụ hành chính
화가	Họa sĩ
환경미화원	Nhân viên làm đẹp môi trường
회계사	Nhân viên kế toán

회사	Công ty
회사원	Nhân viên công ty
회장	Chủ tịch công ty
효율	Hiệu suất
후임	Thừa nhiệm, kế nhiệm
휴가	Ngày phép, lễ phép
휴식	Nghỉ ngơi
휴업	Đóng cửa
휴직	Nghỉ việc

해외투자

100%외국인 투자자본 기업	Doanh nghiệp đầu tư vốn nước ngoài 100%
2인 이상으로 구성된 유한 책임회사	Công ty trách nhiệm hai thành viên trở lên
가공	Gia công
각종 세금	Các loại thuế
간접 투자형식	Hình thức đầu tư gián tiếp
감가상각	Khấu hao
감사위원회 위원장	Trưởng ban kiểm soát
감정 증명서	Giấy chứng nhận giám định
개발	Phát triển, nghiên cứu
개인회사	Doanh nghiệp tư nhân
거래	Giao dịch
건설-경영-이전 (BTO) 계약	Hợp đồng Xây dựng- kinh doanh - chuyển giao
건의를 받다	Chấp thuận kiến nghị
건축계약	Hợp đồng xây dựng
건축구조물	Tòa nhà
건축물	Tòa nhà
검토	Kiểm thảo
결산승인	Đồng ý quyết toán

경리부장	Kế toán trưởng
경리장	Kế toán trưởng
경영	Kinh doanh
경영결과	Kết quả kinh doanh
경영권	Quyền điều hành doanh nghiệp
경영대상	Đối tượng kinh doanh
경영목표 변경	Thay đổi mục tiêu kinh doanh
경영분야	Ngành nghề / lĩnh vực kinh doanh
경영에 참가	Tham gia vào điều hành doanh nghiệp
경영투자협력 계약서	Hợp đồng hợp tác đầu tư kinh doanh
경영협력 계약	Hợp đồng hợp tác kinh doanh
경영협력	Hợp tác kinh doanh
경제계약'	Hợp đồng kinh tế
경제계획	Kế hoạch kinh tế
경제구	Khu kinh tế
경제중재기구	Cơ quan trọng tài kinh tế
계약체결	Ký hợp đồng
계획투자부	Bộ kế hoạch đầu tư
고도 기술	Kỹ thuật cao
고소	Khiếu nại, tố cáo
고용하다	Thuê
고정자산 감가상각제도	Chế độ khấu hao tài sản cố định

공공서비스	Dịch vụ công cộng
공시하다	Công bố
공업단지 내 기업	Doanh nghiệp trong khu công nghiệp
공업단지	Khu công nghiệp
공업단지조성사업	Ngành xây dựng khu công nghiệp
공업소유권	Quyền sở hữu công nghiệp
공업화	Công nghiệp hóa
공장	Công xưởng, nhà xưởng
공정한 대우를 보장한다	Đảm bảo đối xử bình đẳng
공포하다	Ban hành, công bố
공항건설	Xây dựng sân bay
과세 연도의 손실	Tổn thất của năm đánh thuế
관리계약	Hợp đồng quản lý
광고	Quảng cáo
광산물 탐사	Thăm dò quặng
구조개편	Tổ chức lại
국가 소유 출자 지분	Phần vốn góp sở hữu nhà nước
국가 소유주식 자본	Vốn cổ phần sở hữu nhà nước
국가 예산 자본	Ngân sách nhà nước
국가 항만 건설	Xây dựng cảng quốc gia
국가경제개발	Phát triển kinh tế đất nước
국가관리 업무를 수행한다	Thực hiện công việc quản lý nhà nước

국가관리	Quản lý nhà nước
국가안보	An ninh quốc gia
국가자원	Tài nguyên quốc gia
국내인 근로자	Người lao động trong nước
외국인 근로자	Người lao động nước ngoài
국내시장의 수요	Nhu cầu của thị trường trong nước
국민경제	Kinh tế quốc dân
국방	Quốc phòng
국유화	Quốc hữu hóa
국제조약	Hiệp ước quốc tế
국제투자관행 적용	Áp dụng tập quán đầu tư quốc tế
국회 상임위원회	Ủy ban thường vụ Quốc hội
국회에서 통과되었다	Được thông qua ở Quốc hội
권리와 이익을 보장하다	Bảo đảm quyền lợi và lợi ích
규정 양식에 따라	Theo mẫu quy định
규정된 범위	Phạm vi được qui định
규정한다	Qui định
근로자	Người lao động
금융조직	Tổ chức tín dụng
금지 행위	Các hành vi bị cấm
금지한 분야	Lĩnh vực bị cấm

급여 지급 받다	Được hưởng lương
기간 만기 채무	Khoản nợ đến hạn
기계	Máy móc
기계시설	Máy móc thiết bị
기권표	Phiếu trắng, phiếu không có ý kiến
기반 시설	Cở sở hạ tầng
기반시설 건설	Xây dựng cơ sở hạ tầng
기술공정	Qui trình kỹ thuật
기술노하우	Bí quyết kỹ thuật
기술이전	Chuyển giao kỹ thuật
기술적 노하우	Bí quyết kỹ thuật
기승인	Đã được cho phép
기업	Doanh nghiệp
기업 관리자	Người quản lý doanh nghiệp
기업정관	Điều lệ doanh nghiệp
기업 정관에 명시	Ghi rõ trong điều lệ doanh nghiệp
기업 조직 개편	Tổ chức lại doanh nghiệp
기업의 재산	Tài sản doanh nghiệp
기업정관	Điều lệ doanh nghiệp
기타 합법적인 이윤	Các loại lợi nhuận hợp pháp khác
내수면	Mặt nước
내수시장	Thị trường trong nước
노동 수요	Nhu cầu lao động
노동 집약적 산업	Ngành nghề cần nhiều lao động

노동	Lao động
노동법상	Theo luật lao động
노동사용자	Chủ sử dụng lao động
노동자 고용	Tuyển dụng lao động
노동자의 명예	Danh dự của người lao động
노동자의 합법적 권리	Quyền lợi hợp pháp của người lao động
노조활동	Hoạt động công đoàn
농림 수산물 생산	Sản xuất hàng nông lâm sản
다음중 하나의 방식으로	Bằng một trong các cách sau đây
다음과 같다	Như sau
다음과 같은 형태	Các hình thức như sau
담배제조	Sản xuất thuốc lá
담보	Thế chấp
당사자간의 분쟁	Tranh chấp giữa các bên đương sự
대출하다	Cho vay
대학과정 교육기관 설립	Thành lập cơ quan giáo dục cấp đại học
독립 회계회사	Công ty kiểm toán độc lập
독립된 감정기관	Cơ quan giám định độc lập
동화구좌개설	Mở tài khoản tiền đồng
등록하다	Đăng ký
마케팅	Marketing
만장일치 원칙	Nguyên tắc tất cả phải đồng ý
매각하다	Bán

매수	Mua vào
매출액	Doanh so bán ra
맥주	Bia
면직하다	Bãi miễn
모집하다	Chào bán
모회사	Công ty mẹ
몰수하다	Tịch thu
무역부	Bộ Thương mại
무역상표권	Thương hiệu thương mại
무한책임 사원	Thành viên trách nhiệm vô hạn
문서 보관 제도	Chế độ lưu trữ tài liệu
문서로 통보	Thông báo bằng văn bản
문화유적	Di tích văn hóa
물자	Vật tư
미만	Chưa đạt đến
미출자	Số vốn chưa góp
미풍양속	Thuần phong mỹ tục
박탈하다	Truất quyền
반대 표결을 행사하다	Bỏ phiếu không tán thành
발급한다	Cấp, phát cấp
발명권	Bằng phát minh
발췌하다	Trích lục
방송	Phát thanh truyền thông
방식	Thể thức
배당금	Cổ tức

배치하다	Định đoạt
법류상 평등	Bình đẳng trước pháp luật
법률결정	Quyết định pháp luật
법률을 준수할 책임이 있다	Có trách nhiệm tuân thủ pháp luật
법원에 분쟁의 해결을 의뢰한다	Nhờ tòa án giải quyết tranh chấp
법인 자격	Tư cách pháp nhân
법인	Pháp nhân
법인세 일부	Một phần thuế pháp nhân
법인세	Thuế doanh nghiệp
법적 대표자	Người đại diện theo pháp luật
법적 자본금	Vốn pháp định
법정자본금의 출자비율	Tỷ lệ tham gia vốn trong vốn pháp định
베트남 국가 은행이 공포한 환율	Tỷ lệ lãi suất do ngân hàng nhà nước Việt Nam công bố
베트남 내 외국은행 지점	Chi nhánh ngân hàng nước ngoài tại Việt Nam
베트남 동화	Tiền đồng Việt Nam
베트남 동화와 외화간의 교환	Chuyển đổi giữa đồng tiền Việt Nam và ngoại hối
베트남 법률을 심각하게 위반	Vi phạm nghiêm trọng pháp luật Việt Nam

베트남에서 활동중인 합작기업	Doanh nghiệp liên doanh đang hoạt động tại Việt Nam
베트남이 회원국인 국제조약	Điều ước quốc tế mà Việt Nam là thành viên
변경사항	Nội dung thay đổi
변경하다	Thay đổi
보완 개정법	Luật điều chỉnh và bổ sung
보완하다	Bổ sung
보장하다	Bảo đảm
보충 본	Bản bổ sung (giấy phép)
보충	Bổ sung
보통주	Cổ phần phổ thông
보험가입	Tham gia bảo hiểm
보호	Bảo hộ
복수 당사자	Các bên đương sự
복지기금	Quĩ phúc lợi
본점주소지	Địa chỉ trụ sở chính
부급기관	Cơ quan cấp bộ
부급부처	Cơ quan ngang bộ
부사장	Phó giám đốc
부여한다	Trao
부채	Nợ
분리	Phân chia
분실되다	Bị mất
분야	Lĩnh vực

분양	Bán ra (căn hộ, đất nền)
분쟁	Tranh chấp
분쟁해결 위원회	Ủy ban giải quyết tranh chấp
불편을 끼치다	Gây phiền hà
비 이윤의 목적	Mục đích phi lợi nhuận
사무실	Văn phòng
사업등록증	Giấy chứng nhận đăng ký kinh doanh
사업범위	Phạm vi kinh doanh
사업자등록증	Giấy chứng nhận đăng ký kinh doanh
사원 등록 명부	Sổ đăng ký thành viên
사원의 수	Số lượng thành viên
사원총회	Họp đồng thành viên
사원총회의장	Chủ tịch hội đồng thành viên
사장	Giám đốc
사회. 경제적 조건 열악한 지역	Khu vực có điều kiện kinh tế xã hội khó khăn
사회간접자본 프로젝트	Dự án sử dụng vốn gián tiếp xã hội
사회간접자본	Vốn gián tiếp xã hội
사회보험	Bảo hiểm xã hội
의료 보험	Bảo hiểm y tế
삭제 건의하다	Kiến nghị bãi bỏ
삭제하다	Bãi bỏ
산악지역	Khu vực miền núi
산업모델권	Quyền sở hữu mẫu công nghiệp

상법	Luật Thương mại
상속권	Quyền thừa kế
새로 설립된 기업	Doanh nghiệp mới thành lập
생산규모	Qui mô sản xuất
생산량	Lượng sản xuất
생산성 향상	Nâng cao năng suất sản xuất
생태계 환경	Môi trường hệ sinh thái
서류	Hồ sơ
서류접수	Tiếp nhận hồ sơ
서면 의견 수렴	Lấy ý kiến bằng văn bản
서비스	Dịch vụ
석유-가스 탐사	Thăm dò dầu - ga
선발하다	Tuyển dụng, tuyển chọn
선임권	Quyền bổ nhiệm
선출하다	Bầu
설립	Thành lập
세후이익	Lợi ích sau thuế
세금감면	Giảm thuế
세금납부	Nạp thuế
세금면제	Miễn thuế
세금코드	Mã số thuế
세금을 신고하다	Kê khai thuế
세무당국	Cơ quan thuế
세무서	Cơ quan thuế
소득세	Thuế thu nhập
소송	Tố tụng

소수 지분 사원	Thành viên vốn thiểu số
소유권	Quyền sở hữu
송금세	Thuế gửi tiền
수로	Đường thủy
수면	Mặt nước
수석 부사장	Phó giám đốc thường trực
수입대표자	Người đại diện theo ủy quyền
수입	Thu nhập
수입금지 상품	Sản phẩm cấm nhập khẩu
수입대체 산업	Ngành nghề thay thế nhập khẩu
수정 보완하다	Sửa đổi, bổ sung
수정본	Bản điều chỉnh
수정하다	Sửa đổi
수증자	Người được tặng
수출 가공 공단	Khu gia công khẩu, khu chế xuất
수출 상품 생산	Sản xuất hàng xuất khẩu
수출	Xuất khẩu
수출물량	Lượng hàng hóa xuất khẩu
수출입세	Thuế xuất nhập khẩu
수출지향적 제조업	Ngành chế tạo hướng đến xuất khẩu
수출활동	Hoạt động xuất khẩu
숙련공	Công nhân lành nghề
승인결정	Đồng ý thông qua
시장가	Giá thị trường

시장가치	Giá trị thị trường
시장을 발굴하다	Tìm kiếm thị trường
시행조항	Điều khoản thi hành
신규투자프로젝트	Dự án đầu tư mới
신규회사	Công ty mới thành lập
신문에 게재하다	Đăng tải trên báo
신문잡지 발간	Phát hành tạp chí báo
신속한 투자절차	Thủ tục đầu tư nhanh chóng
신청자료	Hồ sơ đăng ký
실제가	Giá thực tế
심사 절차	Thủ tục thẩm tra
심사내용	Nội dung thẩm tra
심사서류	Tài liệu thẩm tra
악영향을 미치다	Gây phương hại tới
압수	Tịch thu
양당사자	Hai bên đương sự
양도	Chuyển nhượng
양식	Mẫu (công văn)
업종	Loại nghề nghiệp
역사 문화 유적 보존	Bảo vệ di tích lịch sử văn hóa
연간 재무제표	Báo cáo tài chính hàng năm
연간 회계보고서	Báo cáo tài chính trong năm
연구	Nghiên cứu

연도 예산	Dự toán năm
열람	Bản trích lục
열악한 인프라 조건을 가진 지역	Khu vực cơ sở hạ tầng kém
영업이익	Lợi ích kinh doanh
영업활동	Hoạt động kinh doanh
영활동으로부터 얻은 이윤	Lợi nhuận từ hoạt động kinh doanh
예비적립금	Quĩ dự phòng
외국과의경제협력확대	Mở rộng hợp tác kinh tế với nước ngoài
외국기술이전	Chuyển giao kỹ thuật của nước ngoài
외국의경제조직	Tổ chức kinh tế nước ngoài
외국인당사자	Các đương sự người nước ngoài
외국인 직접 투자	Đầu tư trực tiếp nước ngoài
외국인 투자 유치	Thu hút đầu tư nước ngoài
외국인 투자 프로젝트를 접수	Tiếp nhận dự án đầu tư nước ngoài
외국인 투자기업	Doanh nghiệp đầu tư nước ngoài
외국측	Phía nước ngoài
외화 구좌개설	Tài khoản ngoại tệ
외화	Ngoại tệ
외화가득용역업	Ngành nghề thu ngoại tệ

외화구좌	Tài khoản ngoại tệ
외화수요	Nhu cầu ngoại tệ
외환관리법	Luật quản lý ngoại tệ
요금 지불하다	Trả phí
요약발췌본	Bản trích lục
용어해석	Giải thích từ ngữ
우대세율	Mức thuế ưu đãi
운송수단	Phương tiện vận chuyển
운영사무실	Văn phòng kinh doanh
운영중기업	Doanh nghiệp đang kinh doanh
원금	Tiền gốc
원료	Nguyên liệu
원본	Bản gốc
원산증명서	Giấy chứng nhận xuất xứ
원산지	Nơi sản xuất
위기가 감지 되는 상황	Nguy cơ tài chính có thể xẩy ra
위탁수입	Nhập ủy thác
유가증권	Chứng khoán có ghi giá
유리한 투자조건	Điều kiện đầu tư có lợi
유한 책임회사	Công ty trách nhiệm hữu hạn
육로	Đường bộ
은행	Ngân hàng
을/를 담다	Chứa đựng, có nội dung
의결권	Phiếu biểu quyết
의결권 자본	Vốn có quyền biểu quyết

의해 처리된다	Được xử lý dựa theo...
이사회 의결	Nghị quyết hội đồng quản trị
이사회 의장	Chủ tịch hôi đồng quản trị
이사회	Hội đồng quản trị, ban giám đốc
이사회를 소집	Triệu tập hội đồng quản trị
이사회의 정기 회의	Họp hội đồng quản trị định kỳ
이윤	Lợi nhuận
이윤분배	Phân phối lợi nhuận
이윤의 해외 송금	Gửi lợi nhuận ra nước ngoài
이의 제기	Đưa ra khiếu nại
이자	Tiền lãi
인계사	Người bàn giao
인력훈련 지원	Hỗ trợ huấn luyện nhân lực
인민 위원회의 승인을 받아야 한다	Phải được sự đồng ý của ủy ban nhân dân
인쇄	In ấn
인수사	Người nhận bàn giao
인터넷	Internet
임가공	Gia công
임금	Tiền lương
임명	Bổ nhiệm
임차	Thuê, mướn
입각	Dựa vào, căn cứ vào
입찰	Đấu thầu
자격	Tư cách

자본 동원	Huy động vốn
자본 분담금	Phần góp vốn
자본 조달용 구좌	Tài khoản huy động vốn
자본 출자 시점	Thời điểm góp vốn
자본금을 회사에서 상환 받을 수 없다	Không được rút vốn ra khỏi công ty
자본을 베트남으로 반입	Đưa vốn vào Việt Nam
자본출자	Tham gia vốn, góp vốn
자원	Nguồn lực
자원 탐사	Khảo sát tài nguyên
자원환경부	Bộ Tài nguyên môi trường
자율권	Quyền tự chủ
자회사	Công ty con
잠재력	Tiềm năng
장비	Trang bị
장애 요소를 유발시키다	Gây cản trở
재감정	Tái giám định
재무부	Bộ Tài chính
재무제표	Báo cáo tài chính
재산담보	Thế chấp tài sản
재산의 종류	Loại tài sản
재심의하다	Đánh giá lại
재임가공	Tái gia công
재정능력 증빙서류	Hồ sơ chứng minh năng lực tài chính
재정적 지원	Hỗ trợ về mặt tài chính
재투자	Tái đầu tư

재평가하다	Đánh giá lại
적시에	Kịp thời
적용된다	Được áp dụng
전력	Điện lực
전액 외자투자기업	Doanh nghiệp có vốn đầu tư nước ngoài 100%
접수증	Giấy tiếp nhận
접수한다	Tiếp nhận
정관	Điều lệ
정부 소속기관	Cơ quan thuộc Chính phủ
정부의 승인	Sự đồng ý của Chính phủ
정정 및 보충을 요구한다	Yêu cầu đính chính và bổ sung
재개발계획	Kế hoạch tái xây dựng
제도를 시행하다	Thực hiện chế độ
제출하다	Trình, đề xuất
제한	Giới hạn
조	Điều (luật)
조건부 투자 지역 목록	Danh mục địa phương đầu tư có điều kiện
조건부 투자분야	Lĩnh vực đầu tư có điều kiện
조건이 충분한 자에 대한 사업자등록증 발급을 거절하는 행위	Hành vi từ chối cấp giấy đăng ký kinh doanh cho người đủ điều kiện
조달	Huy động
조항	Mục (luật)
주류 생산	Sản xuất rượu

주민등록증	Giấy chứng minh nhân dân
주식	Cổ phiếu
주식매입	Mua cổ phiếu
주식지분	Cổ phần
주식회사	Công ty cổ phần
주주	Cổ đông
주주 명부	Sổ đăng ký cổ đông
중개역할	Vai trò trung gian
중소기업	Doanh nghiệp vừa và nhỏ
중앙은행	Ngân hàng trung ương
중요한 공업 생산시설	Cơ sở sản xuất công nghiệp quan trọng
증권	Chứng khoán
증여자	Người tặng
기부자	Người tặng
지배 지분	Cổ phần chi phối
지분 양도	Chuyển nhượng phần góp vốn
지분을 처분하다	Bán, nhượng phần góp vốn
지적소유권	Quyền sở hữu trí tuệ
직업교육	Giáo dục nghề
직접 수입	Nhập khẩu trực tiếp
직접 투자	Đầu tư trực tiếp
직할시	Thành phố trực thuộc
진행 절차	Thể thức tiến hành

징발	Phạt
찢어지다	Bị rách
차기년도로 이월	Chuyển sang năm tiếp theo
차별대우	Phân biệt ưu đãi
차입 자본	Vốn vay
차입한 해외차입금	Vốn vay từ nước ngoài
차입형식	Hình thức vay
창고	Kho
창립멤버	Thành viên thành lập
창립 주주	Cổ đông sáng lập
채권	Trái phiếu
재무상의 의무를 수행하다	Thực hiện nghĩa vụ tài khoản khác
채무를 변제하다	Thanh toán các khoản nợ
책임을 지다	Chịu trách nhiệm
처리	Xử lý
천연 자원	Tài nguyên thiên nhiên
천연자원세	Thuế tài nguyên thiên nhiên
천연자원의 활용	Sử tụng tài nguyên thiên nhiên
철강	Sắt thép
철도	Đường xe lửa
초과	Vượt quá
초안	Bản thảo
초안 준비	Soạn thảo

총리관할투자프로젝트	Dự án do Thủ tướng quản lý
총리에게 제출	Trình Thủ tướng
최대면제기간	Thời gian miễn giảm tối đa
최소자본출자비율	Tỷ lệ tham gia vốn tối thiểu
최저임금	Mức lương tối thiểu
최다지분율	Tỷ lệ tham gia vốn tối đa
최초 이익 발생시점부터	Từ thời điểm phát sinh lãi đầu tiên
추가 출자	Góp thêm vốn
출석한 이사 과반수	Trên nửa thành viên Hội đồng quản trị có mặt
출자 지분 가치	Giá trị phần góp vốn
출자 지분 양도	Chuyển nhượng phần góp vốn
출자 지분 정관	Điều lệ vốn góp
출자 지분 확인서	Giấy chứng minh phần góp vốn
출자 지분 환매	Việc mua lại phần góp vốn
출자 지분을 채무변제로 사용하다	Sử dụng phần góp vốn để trả nợ
출자자본	Vốn tham gia
출자지분 처리	Xử lý phần góp vốn
출판업	Ngành Xuất bản
카지노	Casino

타당성 조사	Điều tra khả thi
토지	Đất đai
토지기금	Quĩ đất
토지사용 면적	Diện tích sử dụng đất
토지사용권 가치	Giá trị quyền sử dụng đất
토지사용권	Quyền sử dụng đất
토지사용비	Phí sử dụng đất
토지사용세	Thuế sử dụng đất
토지의 종류	Loại đất
통계법의 규정을	Tuân thủ quy định của luật thống kê
통신	Thông tin
투자 등록내용의 충실	Trung thực với nội dung đăng ký đầu tư
투자 보증방법	Phương pháp bảo đảm đầu tư
투자 자본금 회수	Thu hồi vốn đầu tư
투자 자본금	Vốn đầu tư
투자 자본을 허위 신고하다	Kê khai khống vốn đăng ký
투자 지원	Hỗ trợ đầu tư
투자 프로젝트 수행	Thực hiện dự án đầu tư
투자 프로젝트 심사	Thẩm tra dự án đầu tư
투자 프로젝트 추진과정	Quá trình xúc tiến dự án đầu tư
투자 프로젝트의 목표 및 규모	Qui mô và mục tiêu dự án đầu tư

투자 형식	Hình thức đầu tư
투자 활동을 수행	Thực hiện hoạt động đầu tư
투자금지 목록	Danh mục cấm đầu tư
투자금지 분야	Lĩnh vực cấm đầu tư
투자기획국에 제출된다	Được trình cho Sở Kế hoạch đầu tư
투자등록 신청서	Đơn đăng ký đầu tư
투자를 장려한다	Khuyến khích đầu tư
투자보장권	Quyền đảm bảo đầu tư
투자시장개방	Mở cửa thị trường đầu tư
투자신청 서류 접수 기관	Cơ quan tiếp nhận hồ sơ xin đầu tư
투자우대 대상	Đối tượng ưu đãi đầu tư
투자인증서	Giấy chứng nhận đầu tư
투자자 여권	Hộ chiếu nhà đầu tư
투자자본 회수	Thu hồi vốn đầu tư
투자자본	Vốn đầu tư
투자자본의 차입	Mượn vốn đầu tư
투자자의 권리와 의무	Nghĩa vụ và quyền lợi của nhà đầu tư
투자자의 성명주소	Địa chỉ và họ tên nhà đầu tư
투자장려 부문	Lĩnh vực khuyến khích đầu tư
투자장려 특별 목록	Hạng mục đặc biệt khuyến khích đầu tư
투자장려지역	Khu vực khuyến khích đầu tư

해외투자

투자조건에 대한 변경	Thay đổi đối với điều kiện đầu tư
투자프로젝트	Dự án đầu tư
투자허가 발급	Cấp giấy phép đầu tư
투자허가서 발급	Cấp giấy phép đầu tư
투자허가서	Giấy phép đầu tư
투자허가서에 기재된 활동시한 만료	Hết hạn thời gian hoạt động ghi trong giấy phép
투자허가서에 기재한다	Ghi chép trong giấy phép đầu tư
투자허가서의 발급 및 회수	Phát và thu hồi giấy phép đầu tư
투자활동	Hoạt động đầu tư
특허권	Bằng sáng chế
파산법	Luật Phá sản
파산선고	Tuyên bố phá sản
폐기물처리	Xử lý chất thải
폐수	Nước thải
표결에 따라 결정한다	Quyết định theo biểu quyết
표결하다	Biểu quyết
품질향상	Nâng cao chất lượng
프로젝트	Dự án
프로젝트의 결산	Quyết toán dự án
필수 수입 대체재	Nguyên liệu thay thế nhập khẩu cần thiết
하이테이크공단	Khu công nghệ cao
합명회사	Công ty hợp danh

합법서류	Hồ sơ hợp lệ
합법성	Tính hợp pháp
합법적 소유권	Quyền sở hữu hợp pháp
합법적인 권리	Quyền lợi hợp pháp
합병	Sát nhập
합의	Thỏa thuận
합작 은행	Ngân hàng liên doanh
합작제약	Hợp đồng liên doanh
합작제약에 입각	Dựa vào hợp đồng liên doanh
합작기업	Doanh nghiệp liên doanh
합작회사	Công ty liên doanh
항소	Kháng án
해당 국가기관	Cơ quan nhà nước có thẩm quyền
해당 동급 기관	Cơ quan cùng cấp có thẩm quyền
해상임차료	Tiền thuê mặt nước
해수면	Mặt nước biển
해외로 송금	Gửi tiền ra nước ngoài
해임	Bãi nhiệm
행사하다	Thực hiện (việc gì)
행정수단	Cách thức hành chính
행정조치로	Bằng biện pháp hành chính
현대 기술 사용	Sử dụng kỹ thuật hiện đại
현대화	Hiện đại hóa
협상과 타협을 통해 해결	Giải quyết thông qua thương lượng và thỏa hiệp

협정	Hiệp định
환경보호	Bảo vệ môi trường
환급받다	Được hoàn lại
활동 종료시	Khi kết thúc hoạt động
활동기간	Thời gian hoạt động
활동시한	Thời gian hoạt động
활동을 개시할 수 있다	Có thể bắt đầu hoạt động
회계감사	Kiểm toán
회계업부	Công tác kế toán
회계제도	Chế độ kế toán
회사 내부 관리 규제서	Quy chế quản lý nội bộ công ty
회사의 면의를 사용하다	Nhân danh công ty
회의 의사록	Biên bản hội nghị, biên bản họp
효과적	Tính hiệu quả
훈련지원기금	Quĩ hỗ trợ đào tạo
훼손되다	Bị hư hỏng, tiêu hủy
흡수, 합병	Hợp nhất
희귀자원	Tài nguyên quí hiếm

국가기관

건설교통부	Bộ Giao thông vận tải
건설부	Bộ Xây dựng
공안부	Bộ Công an
과학기술부	Bộ Khoa học và công nghệ
관세청	Tổng cục Hải Quan
교육부	Bộ Giáo dục
구	Quận
국가주석	Chủ tịch nước
국방부	Bộ Quốc phòng
국세청	Tổng cục thuế
국회의원	Đại biểu quốc hội
국장	Cục trưởng
국회	Quốc hội
국회교육청소년위원회	Ủy ban Giáo dục và thanh thiếu niên Quốc hội
국회국방위원회	Ủy ban quốc phòng Quốc hội
국회법제위원회	Ủy ban Tư pháp Quốc hội
국회부의장	Phó Chủ tịch Quốc hội
국회상공위원회	Ủy ban Công nghiệp và thương mại Quốc hội

국회상임위원회	Ủy ban thường vụ Quốc hội
국회의장	Chủ tịch Quốc hội
국회재무위원회	Ủy ban Tài chính Quốc hội
군	Quận
내무부	Bộ Nội vụ
노동부	Bộ Lao động
농림부	Bộ Nông lâm
당	Đảng
당중앙위원	Ủy viên trung ương Đảng
대법원	Tòa án nhân dân tối cao
대통령	Tổng thống
동	Phường
문화관광부	Bộ Văn hóa và du lịch
법무부	Bộ Tư pháp
보건복지부	Bộ Y tế và sức khỏe
부수상	Phó Thủ tướng
상공부	Bộ Công thương
상임부수상	Phó Thủ trướng Thường trực
서기장	Tổng Bí thư
수산부	Bộ Thủy sản
수상	Thủ tướng
외교부	Bộ Ngoại giao
인민위원회 부위원장	Phó Chủ tịch Ủy ban nhân dân

인민위원회 위원장	Chủ tịch Ủy ban nhân dân
인민위원회	Ủy ban nhân dân
자원환경부	Bộ Tài nguyên và môi trường
장관	Bộ trưởng
재정경제부	Bộ Tài chính kinh tế
정보통신부	Bộ Thông tin truyền thông
정부	Chính phủ
정부검사원	Thanh tra Chính phủ
정부사무실	Văn phòng Chính phủ
정치국	Bộ Chính trị
정치국위원	Ủy viên Bộ Chính trị
조국전선위원회 위원장	Chủ tịch Ủy ban Mặt trận Tổ quốc
조국전선위원회	Ủy ban Mặt trận Tổ quốc
중앙은행	Ngân hàng trung ương
차관	Thứ trưởng
청장	Giám đốc Sở
총리	Thủ tướng
최고검찰청(원)	Viện kiểm sát tối cao
투자계획부	Bộ Kế hoạch và đầu tư
현	Huyện

국가기관

관세-수출입

15일 이내	Trong vòng 15 ngày
과세대상품목	Danh mục hàng hóa đánh thuế
관문	Cửa khẩu
관세 장벽	Bức tường thuế quan
관세 특혜 협정	Hiệp định ưu đãi về thuế
국내 투자 장려법	Luật Khuyến khích đầu tư trong nước
국회상무위원회	Ủy ban Thường vụ Quốc hội
금융기관	Cơ quan tín dụng
공식적으로 통보	Thông báo chính thức
납세 일자	Ngày nộp thuế
납세 기한 연장	Kéo dài thời gian nộp thuế
납세 의무자	Người có nghĩa vụ nộp thuế
납세하다	Nộp thuế
대매출	Bán hàng giảm giá
등록 절차	Thủ tục đăng ký
무역관계	Quan hệ thương mại
무역협정	Hiệp định thương mại
물건	Hàng hóa
물품	Hàng hóa

벌금	Tiền phạt
베트남 생산품	Hàng sản xuất tại Việt Nam
보증을 받다	Được bảo lãnh
보충세금	Thuế bổ sung
보호하다	Bảo hộ
부과된다	Bị đánh thuế
부자재	Phụ liệu
선물	Quà tặng
세금통보서를 받은 후	Sau khi nhận thông báo nộp thuế
세금환급한다	Hoàn thuế
세금통보기간	Thời gian thông báo nộp thuế
세금 통보서	Thông báo nộp thuế
세금위반	Vi phạm về tiền thuế
세금을 속이다	Lừa gạt về thuế
세금을 납금하지 않는 경우	Trong trường hợp không nộp thuế
세를 산출하는 시점	Thời điểm tính thuế
세율 표	Bảng thuế, mức thuế
세율을 정한다	Qui định mức thuế
소비품	Hàng tiêu dùng
수입 물량	Lượng hàng hóa nhập khẩu
수입 신고 절차	Thủ tục khai báo thuế
수입 절차	Thủ tục nhập khẩu
수입	Nhập khẩu
수입과세	Thuế nhập khẩu

관세 - 수출입

수입과세차별	Khác biệt về đánh thuế nhập khẩu
수입세율	Mức thuế nhập khẩu
수출 신고 절차	Thủ tục khai báo xuất khẩu
수출국	Nước xuất khẩu
수출입 허가	Giấy phép xuất nhập khẩu
수출입 신고서	Tờ khai xuất nhập khẩu
수출입경우별로	Tùy theo từng trường hợp xuất nhập khẩu
수출입세 납세 기한	Thời hạn nộp thuế xuất nhập khẩu
수출입세법	Luật thuế xuất nhập khẩu
신용기관	Cơ quan tín dụng
우대세율	Mức thuế ưu đãi
원산지증서	Giấy chứng nhận xuất xứ
원자재	Nguyên liệu
원자재 재고량	Lượng nguyên phụ liệu tồn kho
위반 정도	Mức độ vi phạm
은행	Ngân hàng
일반세율	Mức thuế thông thường
임시적 수입-재수출	Tạm nhập tái xuất
임시적 수출-재수입	Tạm xuất tái nhập
잘못 세금 신고	Khai báo sai mức thuế
제출	Trình (hồ sơ, giấy tờ)
징수세	Thuế trưng thu

체납세금금액	Số tiền thuế chưa nộp
최혜국	Nước tối huệ quốc
최혜국협정을 맺다	Ký hiệp định tối huệ quốc
층정품	Hàng biếu, hàng tặng
탈세	Trốn thuế
특별우대세율	Mức thuế ưu đãi đặc biệt
품목 리스트	Danh mục hàng hóa
품목별로	Theo từng loại hàng hóa
허가서	Giấy phép

관세-수출입

동물

가물치	Cá quả, cá tràu
가슴	Ngực
가오리	Cá đuối
가재	Con tôm sống trong vỏ ốc
가죽	Gia súc
가축	Da động vật
갈매기	Hải âu
강아지	Con chó con
개	Con chó
개구리	Con ếch nhái
개굴개굴	Tiếng ếch nhái kêu
개똥벌레	Con đom đóm
개미	Con kiến
거머리	Con đỉa, con vắt
거미	Con nhện
거미줄	Dây nhện
거북이	Con rùa
거위	Con ngỗng trời
게	Con cua
겨울잠	Giấc ngủ đông
계란	Trứng gà

고니	Thiên nga
고등어	Cá thu
고래	Cá voi
고릴라	Con đười ươi
고슴도치	Con nhím
고양이	Con mèo
고치	Kén tằm
곤충	Côn trùng
곤충류	Loài côn trùng
골뱅이	Con sên
곰	Con gấu
곰팡이	Nấm mốc trên thực vật
공룡	Khủng long
공작	Con công
관상어	Cá cảnh
교미하다	Giao phối
구관조	Con chim sáo
구구구	Tiếng chim cu gáy cu cu
구더기	Con dòi, ấu trùng ruồi
구렁이	Con trăn
굴	Con ong
귀뚜라미	Con dế
귀뚤귀뚤	Tiếng dế kêu (ti ti)
균	Khuẩn, vi khuẩn
금붕어	Cá vàng
기린	Con hươu cao cổ, con kỳ lân

기생충	Ký sinh trùng
기생하다	Ký sinh, sống tầm gửi
길들이다	Nuôi
깃털	Lông mao
까마귀	Con quạ
까악까악	Tiếng quạ kêu (quạc, quạc)
까치	Con ác là, chích chòe lớn
까투리	Con gà lôi cái
껍데기	Vỏ, mu, mai (động vật)
껍질	Vỏ bọc ngoài (cây)
꼬끼오	Tiếng gà trống gáy
꼬리	Cái đuôi
꼴뚜기	Loại mực nhỏ
꽁무니	Cái đuôi chim, cái phao câu
꽁지	Cái đuôi chim
꽁치	Loại cá thờn bơn dài 30cm
꽃게	Con cua hoa, con ghẹ
꽃 사슴	Hươu sao
꽥꽥	Tiếng chim kêu quec quec
꾀꼬리	Chim vàng anh
나방	Loài bướm to
나비	Con bướm
낙지	Con mực
낙타	Con lạc đà
날개	Cái cánh (chim)
날다	Bay

날짐승	Loài biết bay
낳다	Đẻ, sinh
냉혈동물	Động vật máu lạnh
너구리	Con chồn
넙치	Cá thờn bơn
노루	Con hươu
노새	Con la
누에	Kén tằm
눈	Mắt
늑대	Chó sói
다람쥐	Con sóc
다랑어	Một loài cá thu
다리	Cái chân
달팽이	Con sên
닭	Con gà
담비	Con chồn
담수어	Một loài chồn
당나귀	Con lừa
대장균	Khuẩn đại tràng
대하	Con tôm hùm
대합	Loài sò lớn dài chừng 8cm, dày 6cm
더듬이	Râu động vật
도마뱀	Con thằn lằn, con tắc kè
독사	Loài rắn độc
독수리	Con diều hâu
돌고래	Cá voi loại vừa

동면	Ngủ đông
동물원	Vườn thú
돼지	Con lợn, con heo
두견새	Một loài chim tu hú
두꺼비	Con cóc
두더지	Chuột chù
두루미	Con hạc trắng
들소	Bò rừng
들쥐	Chuột đồng
들짐승	Thú đồng
등	Lưng (động vật)
딱따구리	Con chim gõ kiến
떼	Bầy (động vật)
똥개	Loài chó tạp
똥파리	Con nhặng, ruồi vàng
마디	Đốt (động vật có đốt)
마리	Con (đơn vị tính động vật)
말	Con ngựa
망둥이	Cá bống
망아지	Con ngựa con
매	Con cắt, con chim ăn thịt
매미	Con ve ve
맴맴	Tiếng ve kêu
맹꽁이	Con ễnh ương
맹수	Mãnh thú
머리	Đầu (động vật)

먹이	Mồi, thức ăn (của động vật)
먹이사슬	Vòng mồi (động vật ăn cỏ lại bị động vật ăn thịt ăn)
먹이연쇄	Con này làm mồi cho con kia
멍멍	Tiếng chó sủa (gâu gâu)
메기	Cá trê
메뚜기	Con châu chấu
메추라기	Chim cút
메추리 알	Trứng cút
멧돼지	Lợn rừng
면양	Con cừu
멸치	Cá cơm
명태	Cá minh thái
모기	Con muỗi
모래주머니	Cái mề (gà, chim)
모이	Thức ăn của loài biết bay
몸통	Phần mình, phần thân (của động vật)
무당벌레	Con bọ rùa
무리	Bầy (động vật)
무척추동물	Động vật không xương sống
물개	Hải cẩu
물고기	Cá (nói chung)
물방개	Con niềng niệng
물소	Con trâu
미꾸라지	Con chạch
미생물	Vi sinh vật

민물고기	Cá nước ngọt
민어	Cá nước ngọt
바구미	Mọt ngũ cốc
바다사자	Sư tử biển
바다표범	Báo biển
바닷물고기	Cá biển
바이러스	Vi trùng, vi khuẩn
바퀴벌레	Con gián
박쥐	Con dơi
반달곰	Gấu trúc
반딧불이	Con cào cào
방울뱀	Rắn chuông
습관이 몸에 배다	Quen thói
백곰	Gấu trắng
백로	Con hạc, con chim trắng
백사	Rắn trắng
백조	Con chim trắng, bạch điểu
뱀	Con rắn
뱀장어	Con lươn
번데기	Con nhộng
번식하다	Sinh sản
벌	Con ong
벌레	Con sâu bọ
범	Con hổ
벼룩	Côn trùng (nói chung)
변온동물	Động vật có thân nhiệt thay đổi theo nhiệt độ bên ngoài

변태	Đột biến gien
병아리	Con gà con
병어	Con cá dơi
보호색	Màu ngụy trang
봉황	Chim phượng hoàng
부레	Bong bóng cá
부리	Cái mỏ, miệng
부엉부엉	Tiếng cú mèo kêu
부엉이	Con cú mèo
부화	Nở ra (từ trứng)
북극곰	Gấu bắc cực
불사조	Phượng hoàng
붕어	Con cá vàng
뱀장어	Con cá chình
비늘	Cái vi cá
비둘기	Chim bồ câu
빈대	Con rệp
뻐꾸기	Con tu hú
뻐꾹뻐꾹	Tiếng tu hú kêu
뼈	Xương
뿔	Sừng
삐약삐약	Chíp chíp (tiếng gà con kêu)
사마귀	Con bọ ngựa
사슴	Con hươu
사육장	Nơi nuôi gia súc
사육하다	Nuôi gia súc

사자	Con sư tử
산돼지	Lợn, heo rừng
산양	Con sơn dương
산짐승	Chim muông rừng
산토기	Thỏ rừng
살	Thịt
살쾡이	Một loại mèo rừng
삼치	Loại cá thu
상어	Cá mập
새	Con chim
새끼 치다	Đẻ con
새알	Trứng chim
새우	Con tôm
생쥐	Chuột nhắt
생태계	Hệ sinh thái
성충	Ấu trùng đã trưởng thành
세균	Vi khuẩn
세포	Tế bào
소	Con bò
소금쟁이	Con gọng vó
소라	Con sò, con ốc
소쩍새	Một loại cú mèo
솔개	Diều hâu
송사리	Cá tuế
송아지	Con bê con
송어	Cá hồi

송충이	Loại trùng bướm ăn lá thông
숫놈	Con đực
수달	Con rái cá
수컷	Con đực
순록	Con tuần lộc
순종	Thuần chủng
숭어	Cá lóc, cá tràu
실뱀	Loại rắn nhỏ, dài như chỉ
십자매	Con sẻ đá
쌀벌레	Con mọt gạo
쓰르라미	Con ve sầu
아가미	Mang cá
악어	Con cá sấu
알	Trứng động vật
암놈	Con cái
암컷	Con cái
애벌레	Ấu trùng
애완동물	Động vật nuôi làm cảnh
앵무새	Con vẹt
야생동물	Động vật hoang dã
야수	Dã thú
야옹	Tiếng mèo gào
약육강식	Thịt kẻ yếu là mồi của kẻ mạnh, cá lớn nuốt cá bé
양서류	Loài động vật xương sống, nằm giữa loài cá và loài bò sát, đẻ trứng, máu lạnh
어미	Con mẹ (động vật)

동물
낱말

어흥	Tiếng hổ gầm
얼굴	Mặt, khuôn mặt
얼룩말	Ngựa vằn
여왕벌	Ong chúa
여우	Con cáo
여치	Con mộm (một loài châu chấu dài 3cm, con cái kêu to)
연어	Cá mềm
열대어	Cá vùng nhiệt đới
염소	Con dê
옆줄	Sọc hông của cá
오리	Con vịt
오리 알	Trứng vịt
오징어	Con mực
올빼미	Một loài cú mèo
올챙이	Con nòng nọc
용	Con rồng
우렁쉥이	Loài hải sâm sống bám vào đá
우렁이	Con ốc vặn
우리	Cái chuồng nuôi con vật
울다	Khóc, kêu (động vật)
원숭이	Con khỉ
원앙	Con uyên ương, vịt
유산균	Khuẩn lên men
유인원	Con đười ươi
유전	Di truyền
유전자	Phân tử di truyền

유충	Ấu trùng
육식동물	Động vật ăn thịt
음매	Kiểu dáng mình
이	Răng động vật
이리	Loài chó hoang dã, to hơn chó sói
이무기	Con trăn lớn
인어	Nhân ngư
일벌	Ong thợ
입	Cái miệng, mồm
잉꼬	Loài vẹt
잉어	Cá chép
자라	Con hôn (giống con rùa)
자연법칙	Quy luật tự nhiên
잠자리	Con chuồn chuồn
잡식동물	Động vật ăn tạp
잡종	Tạp chủng
장구벌레	Con lăng quăng (ấu trùng muỗi)
장끼	Con gà lôi trống
장어	Con lươn
재두루미	Chim hạc mình màu tro, chân màu đỏ
적자생존	Sinh tồn do thích ứng với hoàn cảnh, môi trường
전복	Bào ngư
정어리	Cá xacđin, cá sộp

젓소	Bò sữa
제비	Con én, con nhạn
조개	Ngêu sò
조랑말	Loài ngựa lùn bé
조류	Loài chim
족제비	Con sóc
좀벌레	Con mối, con mọt
종달새	Chim sơn ca, con chiền chiện
주둥이	Cái mỏ chim
쥐	Con chuột
지네	Con rết
지느러미	Vi, vây cá
지렁이	Con giun, con trùn
지저귀다	Hót (chim)
진돗개	Loài chó khôn vùng Jin do Hàn Quốc
진드기	Con vét, con ve, con rệp
진화론	Luận thuyết tiến hóa
짐승	Loài thú vật
집게벌레	Loài côn trùng giống bò cạp
집짐승	Thú nuôi ở nhà
짖다	Sủa, gào, tru tréo lên (thú)
짹짹	Tiếng kêu của chim sẻ
찍찍	Chuột hoặc chim kêu
참새	Chim sẻ
참치	Cá mòi
창조론	Luật tạo hóa, luật sáng tạo

척추	Cột sống
척추동물	Động vật xương sống
천연기념물	Động vật quý hiếm
천적	Thiên địch
철새	Chim di cư theo mùa
청개구리	Nhái xanh, nhái sống trên cây
청어	Cá trích
초식동물	Động vật ăn cỏ
칠면조	Con gà tây
침팬지	Con đười ươi
코	Cái mũi (động vật)
코끼리	Con voi
코뿔소	Con tê giác
그낙새	Gõ kiến
키우다	Nuôi lớn
타조	Con đà điểu
타조 알	Trứng đà điểu
탄생	Sinh ra
태생	Đẻ ra con (động vật)
태어나다	Sinh ra
털	Lông
텃새	Chim sống một chỗ, không di trú theo mùa
토끼	Con thỏ
토종	Loài nguyên chủng
파리	Con ruồi
파충류	Loài bò sát

패류	Loài nhuyễn thể
펭귄	Chim cánh cụt
포유류	Loài động vật có vú
표범	Báo sao
풍뎅이	Tên một loài côn trùng
풍산개	Chó Phung san ở Hàn Quốc
플랑크톤	Loài vi sinh vật sống trong nước (planton)
하늘소	Loài côn trùng đục thân cây
하루살이	Con phù du
하마	Con hà mã
학	Con hạc
항온동물	Động vật nhiệt độ cơ thể không thay đổi
해달	Loài rái cá biển
해마	Con hải mã
해삼	Hải sâm
해오라기	Loài hải âu
해충	Trùng có hại
해파리	Con sứa
핵	Tế bào nhân
향어	Cá hương
혀	Cái lưỡi
호랑이	Con hổ
홍어	Cá hồng
홍학	Hồng hạc
홍합	Trai biển

황새	Con cò
황소	Con bò vàng
황소개구리	Loài ếch rất to
훨훨	Vù vù
흑염소	Dê đen

식생활

가공식품	Thực phẩm gia công
가락국수	Mì sợi
가래떡	Bánh
가마니	Cái bao bố, bao đay
가물치	Cá lóc
가스레인지	Bếp ga
가열하다	Tăng nhiệt
가자미	Cá thờn bơn
가지	Cà, quả cà tím
간 맞추다	Nêm vừa vị
간	Vị mặn, gia vị
간보다	Nêm thử
간식	Món ăn phụ, ăn giữa chừng
간장	Nước tương
갈비	Sườn
갈비찜	Sườn ninh
갈비탕	Canh sườn
갈증 나다	Khát
갈증	Cơn khát
감미료	Gia vị
감	Quả hồng

감자	Khoai tây
감자 탕	Canh khoai tây
감주	Cam tửu, rượu ngọt
갓	Mũ tre (ngày xưa)
강낭콩	Đậu côve
개고기	Thịt chó
개수대	Bồn rửa bát
거품기	Cái máy đánh trứng
건더기	Chất đặc của canh, cái
건배하다	Cạn ly
건어물	Cá khô
건포도	Nho khô
게	Cua
겨자	Mù tạt
경단	Bánh ngô
계란	Trứng
계란빵	Bánh trứng
계량컵	Cốc để đo lường
계피	Quế
고구마	Khoai lang
고기	Thịt
고다	Ninh, luộc chín kỹ
고등어	Cá thu
고량주	Rượu cao lương
고소하다	Thơm, bùi
고추	Ớt, quả ớt

고추장	Tương ớt
고춧가루	Bột ớt
곡류	Các loại ngũ cốc
곡식	Ngũ cốc
곱창	Ruột non
공기	Bát, cái bát không
곶감	Hồng sấy khô
과도	Dao gọt hoa quả
과식	Ăn quá nhiều, bội thực
과음	Uống quá nhiều
과일	Hoa quả, trái cây
과일주스	Nước ép trái cây
과자	Kẹo, bánh
광어	Cá thờn bơn
구수하다	Thơm
구이	Nướng
국	Canh
국물	Nước canh
국밥	Cơm trộn canh
국수	Mì, miến, phở
국자	Cái muỗng múc canh
군것질	Ăn vặt
군침 돌다	Tràn nước miếng
군침	Nước miếng thèm ăn
굴	Con hào
굶다	Nhịn đói

굶주리다	Đói khát
굽다	Nướng (cá, thịt)
궁중요리	Món ăn cung đình
그릇	Bát, tô, đĩa
금식	Nhịn ăn, cấm ăn, tuyệt thực
금연	Cấm hút thuốc
금주	Cấm rượu
급식	Cấp món ăn
기름	Dầu
기호식품	Thực phẩm có mùi thơm
기호품	Thực phẩm có mùi thơm
김	Rong biển
김밥	Cơm cuộn rong biển
김치	Kim chi
불고기	Thịt nướng
김치 통	Thùng đựng kim chi
김치찌개	Món canh kim chi
깍두기	Kim chi củ cải
깡통	Thùng, hộp
깡통따개	Cái mở hộp
깨	Vừng
깨물다	Cắn vỡ ra
깻잎	Lá vừng
껌	Kẹo cao su
꼬리곰탕	Canh đuôi bò
꽁초	Đầu lọc của thuốc

꽁치	Cá thu đao
꽃게	Con ghẹ
꾸역꾸역	Ực (uống, ăn)
꿀	Mật ong
꿩고기	Thịt gà lôi
끓다	Nấu, sắc, đun sôi
끼니	Bữa ăn
나물	Rau non, giá (đậu)
낙지	Mực
내장	Nội tạng
냄비	Cái chảo
냉국	Canh lạnh
냉동하다	Đông lạnh
냉면	Mì lạnh
냉장고	Tủ lạnh
냉차	Xe đông lạnh
냉채	Rau lạnh
냉커피	Cà phê đá
냠냠	Ngấu nghiến, tàm tạp (ăn)
녹두	Đậu xanh
녹차	Trà xanh
누룩	Men rượu
누룽지	Cơm cháy
누린내	Mùi tanh
눌은밥	Cơm cháy trộn nước
느끼하다	Ngấy, ngán (muốn nôn mửa)

다과회	Tiệc ngọt
다도	Trà đạo
다시마	Cây tảo bẹ
다이어트	Ăn kem, ăn kiêng
다지다	Cứng
단내	Mùi khét
단란주점	Quán rượu
단무지	Củ cải ngâm
단백질	Protein
단식	Ăn đơn giản
단지	Cái bình, cái lọ
달걀	Trứng gà
달다	Ngọt
달콤하다	Ngọt
닭고기	Thịt gà
닭똥집	Mề gà
담그다	Ngâm
담배	Thuốc lá
담백하다	Đơn giản
당근	Cà rốt
대마초	Bồ đà
대접	Đón tiếp
대파	Hành tây
대하	Tôm hùm
대합	Con sò lớn
덮밥	Cơm nóng với cá, rau

데우다	Đốt, làm cho nóng
데치다	Hun nóng
도마	Cái thớt
도미	Cá vền
도시락	Cạp lồng đựng cơm
독	Độc tố
돼지갈비	Sườn heo
돼지고기	Thịt heo
된장	Tương đậu
된장찌개	Món canh tương đậu
두부	Đậu phụ
두유	Sữa đậu nành
드시다	Ăn (tôn kính)
들기름	Dầu vừng
들깨	Cây vừng hoang
들다	Ăn, uống
들이켜다	Uống hết
등심	Thịt lưng
땅콩	Lạc, đậu phộng
떡	Bánh dẻo (HQ)
떡국	Canh bánh
떡볶이	Món bánh nướng
떫다	Chát
뚜껑	Cái nắp vung
뚝배기	Cái nồi, cái niêu
라면	Mì gói

레스토랑	Nhà hàng
마늘	Tỏi
마른반찬	Thức ăn khô
마른안주	Món nhậu khô
마시다	Uống
막걸리	Món rượu makori
막국수	Miến, mì
만두	Bánh bao
만둣국	Bánh canh
만찬	Cơm tối, tiệc túi
맛	Hương vị, vị ngon
맛나다	Có hương vị, ngon
맛보다	Nếm thử
맛없다	Không ngon
맛있다	Ngon
매뉴	Thực đơn
매운탕	Canh cay
매콤하다	Hơi cay, cay cay
맥주	Bia
맵다	Cay
맷돌	Cái cối xay bằng đá
맹물	Nước sạch
먹거리	Đồ ăn
먹다	Ăn
먹어보다	Ăn thử
메기	Cá trê, cá da trơn

메뉴	Thực đơn
메추리 알	Trứng cút
멸치	Cá cơm
모유	Sữa mẹ
목마르다	Khát
무	Củ cải
무치다	Trộn với rau
묵	Mứt, món rau câu
문어	Bạch tuộc
물	Nước
물김치	Kim chi nước
물렁물렁	Hơi lỏng, có pha ít nước
묽다	Loãng
미꾸라지	Con chạch
미식가	Người thích ăn ngon
미역	Canh rong biển
믹서기	Máy nghiền, máy xay sinh tố
밀	Mì
밀가루	Bột mì
밀봉하다	Đóng gói
밑반찬	Thức ăn
바가지	Cái gáo
바구니	Cái rổ
바나나	Chuối
바다가재	Con tôm tít
바다생선	Cá biển

반주	Rượu uống khi ăn cơm
반죽하다	Nhào (bột, nước)
반찬	Thức ăn
발효	Lên men
발효식품	Thực phẩm lên men
밤참	Món ăn tối
밥	Cơm
밥맛	Khẩu vị
밥상	Cái bàn ăn
밥솥	Nồi cơm
밥통	Hộp đựng cơm
배	Quả lê
배고프다	Đói bụng
배부르다	No bụng
배추	Bắp cải
배탈	Tiêu chảy
배탈나다	Bị tiêu chảy
백반	Cơm trắng
버무리다	Trộn đều các thứ
버섯	Nấm
버터	Bơ
벌꿀	Mật ong
병	Cái chai
병따개	Cái mở nắp chai
보리	Hạt bo bo
보신탕	Món hầm thịt chó

보온병	Phích nước, bình thủy
복어	Cá nóc
볶다	Rang
볶음밥	Cơm rang
부식	Món ăn phụ
부엌가구	Gia cụ nhà bếp
부엌용품	Đồ dùng nhà bếp
부엌칼	Dao dùng trong bếp
부추	Tỏi tây
부패하다	Hư, thối
북어	Cá khô
분식	Thức ăn bằng bột
분식집	Quán bán thức ăn làm bằng bột
분유	Sữa bột
불고기	Thịt nướng
불량식품	Thực phẩm hư
붓다	Tưới, rót nước
붕어빵	Bánh nướng hình cá
뷔페	Búpphê (nhà hàng tự chọn)
뷔페식당	Nhà hàng búp phê
비계	Mỡ heo
비리다	Tanh
비린내	Mùi tanh
비비다	Trộn (cơm)
비빔국수	Mì trộn
비빔밥	Cơm trộn

비위	Khẩu vị
비타민	Vitamin
빙수	Nước đá
빚다	Vắt (bánh)
빨다	Liếm, mút
빨대	Cái ống hút
빵	Bánh mì
빵집	Cửa hàng bánh
뻥튀기	Bánh gạo
사각사각	Rạo rạo (gạo)
사과	Táo
사식	Cơm tiếp viện (cơm đưa cho tù nhân)
사이다	Soda
사탕	Đường
산삼	Sâm núi
살코기	Thịt nạc
삶다	Luộc
삼겹살	Thịt ba chỉ
삼계탕	Gà hầm sâm
삼치	Cá chó
삼키다	Nuốt
상추	Rau diếp
상큼하다	Thơm ngon, thơm mát
상하다	Hư, hỏng, thối
새우	Tôm
새콤달콤	Thơm thơm

새콤하다	Thơm
생강	Gừng
생강차	Trà gừng
생맥주	Bia tươi
생선	Cá tươi
생선묵	Nước hầm cá
생선조림	Cá hộp
생선찌개	Món lẩu cá
생선회	Gỏi cá
생수	Nước lạnh
생식	Ăn sống
선짓국	Canh tiết heo
설거지	Rửa bát chén
설익다	Chín tái
설탕	Đường
섬유질	Chất sợi
섭취하다	Ăn, uống
소고기	Thịt bò
소금	Muối
소꼬리	Đuôi bò
소라	Con ốc biển
소식	Ăn nhẹ
소주	Rượu trắng
소화	Tiêu hóa
소화불량	Không tiêu hóa được

소화제	Thuốc tiêu hóa
소화하다	Tiêu hóa
솜사탕	Kẹo bông
송이버섯	Nấm bông
송편	Bánh bột nếp, bánh trung thu
솥	Cái ấm, cái nồi
쇠고기	Thịt bò
쇠꼬리	Đuôi bò
수박	Dưa hấu
수저	Đũa và thìa
수저통	Cái hộp đựng đũa và thìa
수정과	Nước sắc quế và gừng
숙주나물	Cây giá đỗ
순대	Lòng, dồi
순댓국	Canh dồi
순두부	Đỗ phụ nguyên chất
숟가락	Cái thìa
술	Rượu
술집	Quán rượu
숭늉	Cơm cháy
시다	Chua
시식하다	Nếm thử, ăn uống thử
시음하다	Uống thử
시장	Chợ
시장기	Cơn đói bụng

시장하다	Đói bụng
시큼하다	Hơi chua
식기	Dụng cụ ăn uống
식기건조기	Máy sấy dụng cụ ăn uống
식기건조대	Cái bàn sấy dụng cụ ăn uống
식기세척기	Máy rửa dụng cụ ăn uống
식단	Thực đơn
식당	Nhà hàng
식당에 가다	Đi nhà hàng
식량	Lương thực
식료품	Nguyên liệu thực phẩm
식사	Ăn uống
식사량	Lượng ăn uống
식사접대하다	Mời cơm
식사하다	Ăn
식생활	Chuyện ăn uống
식성	Thói quen ăn uống
식수	Nước uống
식욕	Nhu cầu ăn uống
식욕부진	Không muốn ăn
식용유	Dầu ăn
식이요법	Cách nấu ăn điều trị bệnh tật
식중독	Ngộ độc thức ăn
식초	Giấm
식찰	Dao ăn

식탁	Cái bàn ăn
식탁예절	Phép lịch sự ăn uống
식탐	Ăn tham, tham ăn
식품	Thực phẩm
신선하다	Tươi
싱겁다	Nhạt, lạt
싱싱하다	Tươi rói
쌀	Gạo
쌀가루	Bột gạo
쌀통	Thùng gạo
쌈	Món cuộn
쌈밥	Cơm cuộn
썩다	Hư, hỏng, thối
썰다	Thái mỏng
쓰다	Đắng
씹다	Nhai
아이스크림	Kem lạnh
아침식사	Bữa ăn sáng
안주	Đồ nhắm rượu
알사탕	Kẹo viên
압력솥	Nồi áp suất
앞치마	Cái tạp dề
야채	Rau
야채주스	Nước ép rau
약수	Nước thuốc (nước khoáng)

약주	Rượu thuốc
양고기	Thịt cừu
양념	Gia vị
양념통	Hộp đựng gia vị
양념하다	Nêm gia vị
양담배	Thuốc lá ngoại
양배추	Xà lách ngoại
양상추	Xà lách ngoại
양식	Món Tây/ món Âu
양식당	Cửa hàng món Âu
양조장	Nơi chưng, cất
양주	Rượu tây
양파	Hành tây
어묵	Nước hầm cá
어패류	Cá và sò
얼큰하다	Hơi cay, hơi nồng
연근	Rễ sen
연어	Cá hồi
엿	Kẹo kéo
영양	Dinh dưỡng
영양가	Giá trị dinh dưỡng
영양사	Đầu bếp
영양소	Chất dinh dưỡng
영지버섯	Nấm linh chi
오렌지	Cam

오리고기	Thịt vịt
오리알	Trứng vịt
오물오물	Rau ráu
오븐	Cái lò
오이	Dưa chuột
오징어	Mực
오찬	Cơm trưa
옥수수	Ngô
외식	Ăn ngoài
요구르트	Ya ua, sữa chua
요리	Món ăn
요리사	Đầu bếp
우동	Mì sợi lớn
우유	Sữa
원두커피	Cà phê nguyên chất
유제품	Sản phẩm sữa
육개장	Món canh cay
육류	Loại thịt cá
육수	Nước thịt
육포	Thịt khô
육회	Món gỏi thịt
음료	Đồ uống
음료수	Đồ uống
음식	Món ăn
음식물	Món ăn

음식점	Quán ăn
음주	Uống rượu
이쑤시개	Cái tăm
익히다	Nấu chín
인공감미료	Gia vị nhân tạo
인삼	Nhân sâm
인삼주	Rượu nhân sâm
인삼차	Trà nhân sâm
인스턴트식품	Thực phẩm ăn liền
일식	Món ăn Nhật
일식집	Quán ăn Nhật
일품요리	Thức ăn cao cấp
입맛 다시다	Thèm ăn
입맛	Khẩu vị
잉어	Cá chép
자동판매기	Máy bán hàng tự động
자반	Cá muối
자장면	Mì cha chang
잔	Ly, chén
잡곡밥	Cơm trộn
잡수시다	Ăn, dùng cơm (tôn kính)
잡채	Miến trộn
잣	Hạt thông
장독	Cái lọ, cái thùng tương
장어	Con chình, con lươn

잼	Món mứt
저녁	Buổi tối
저녁식사	Bữa ăn tối
저녁식사를 하다	Ăn tối
전기밥솥	Nồi cơm điện
주전자	Ấm điện, ấm đun nước
가스레인지	Bếp gas
전복	Bào ngư
전복죽	Cháo bào ngư
전자레인지	Bếp điện tử
전체요리	Tất cả món ăn
전통음식	Món ăn truyền thống
점심	Buổi trưa, bữa trưa
점심식사	Bữa ăn trưa
접시	Cái đĩa
젓가락	Đũa
젓갈	Món hải sản muối
정수기	Máy lọc nước
정식	Món ăn qui định
정육점	Cửa hàng thịt
제과점	Cửa hàng bánh
제육볶음	Món thịt lợn rang
조개	Con sò
조리	Nấu nướng
조리기구	Dụng cụ nấu nướng

조리대	Cái bàn để nấu
조미료	Gia vị, mỳ chính, bột ngọt
조식	Cơm sáng
조찬	Cơm sáng
주먹밥	Cơm nắm
주방	Nhà bếp
주방기구	Đồ dùng nhà bếp
주방용품	Đồ dùng nhà bếp
주방장	Bếp trưởng
주스	Nước ép
주식	Món ăn chính
주요리	Thức ăn chính
주점	Tửu điếm
죽	Cháo
죽순	Măng
중국집	Cửa hàng ăn Trung Quốc
중식	Món ăn Trung Quốc
즙	Nước ép (trái cây)
지방	Mỡ
지지다	Hầm, nấu sôi
진지	Món ăn, bữa ăn
질다	Dai (thịt)
짜다	Mặn
짬뽕	Món thập cẩm
짭짤하다	Hơi mằn mặn

쩝쩝	Chép chép (miệng)
찜	Món hầm
차	Trà
차림표	Thực đơn
차지다	Dính
찬밥	Cơm nguội
참게	Cua loại lớn
참기름	Dầu mè
찹쌀	Gạo nếp
찻잔	Ly trà
채소	Rau
채식주의자	Người chỉ ăn rau
청량음료	Thực phẩm lạnh mát
청주	Thanh tửu
체증	Chứng đầy bụng
체하다	Đầy bụng
치즈	Pho mát
칠면조	Con gà tây
카페	Cà phê
칵테일	Cốc tai
칼	Dao
칼슘	Can xi
칼질하다	Cắt
커피	Cà-phê
커피전문점	Cửa hàng chuyên bán cà phê

컵 받침	Tấm vải để cốc lên
컵	Cái cốc
케이크	Bánh
콜라	Côla
콩	Đậu
콩가루	Bột đậu
콩기름	Dầu đậu
콩나물	Cây giá đỗ
타다	Pha
타조 알	Trứng đà điểu
타조	Đà điểu
탄산음료	Thức uống có ga
탕	Món lẩu
토마토	Cà chua
통	Hộp, thùng
통닭	Gà rán
통조림	Món hộp, đồ hộp
튀기다	Rán (cá)
튀김	Món rán
튀김가루	Bột rán
파	Hành
파김치	Kim chi hành
팥	Đậu đỏ
팥빙수	Chè thập cẩm
팥죽	Cháo đậu

편식	Chỉ ăn một số món ăn nhất định
편육	Thịt miếng luộc
포도	Nho
포도주	Rượu nho
포식	Ăn no
포장마차	Quán nhậu di động
포크	Cái dĩa
폭식	Ăn quá no, bội thực
풋고추	Ớt xanh
프라이팬	Cái chảo rán
피우다	Hút
피자	Piza
한식	Món ăn Hàn Quốc
한식집	Cửa hàng ăn Hàn Quốc
핥다	Liếm
항아리	Cái lọ, chum, vại
해동하다	Giải (xả) đông
해산물	Hải sản
해삼	Hải sâm
해파리	Con sứa
햇쌀	Gạo đầu mùa
햇과일	Hoa quả đầu vụ
행주	Rượu xoay vòng
향신료	Gia vị mùi
허기	Cơn đói
허기지다	Đói bụng

현미	Gạo lứt
호박	Quả bí đỏ
호프집	Quán bia, quán nhậu
홍어	Cá đuối
홍합	Con trai
화학조미료	Gia vị hóa học, mỳ chính (bột ngọt)
회	Gỏi
후루룩	Hụp, rụt (uống)
후식	Món tráng miệng
후추	Hạt tiêu
흡연	Hút thuốc

해산물 공장

가공	Gia công
가물치	Cá lóc
가보장어	Mực ống
가오리	Cá bò
개	Cua
개인위생	Vệ sinh cá nhân
공장규모	Qui mô nhà máy
공장도면	Mặt bằng nhà máy
근로자수	Số lượng lao động
금속탐색기	Máy dò kim loại
급속 동결기	Máy đông lạnh tức thời
기준	Tiêu chuẩn
내부	Nội bộ
냉각시키다	Làm đông lạnh, làm lạnh
냉동	Đông lạnh
냉동낙지	Bạch tuộc đông lạnh
냉동방법	Cách làm đông
냉동보관능력	Năng lực bảo quản đông lạnh
냉방 시스템	Phương pháp làm lạnh
도구	Dụng cụ (sản xuất)
등록	Đăng ký tiêu chuẩn
마른 멸치	Cá cơm khô

물 튀김	Nước bắn ra
미생물검사	Kiểm tra vi sinh
바닥	Sàn nhà
방충망	Mạng phòng công trùng
배수	Thoát nước
밴딩	Đóng gói
베기	Cá tra
보관	Bảo quản
보관창고	Kho bảo quản
부적합	Không phù hợp
비오염구역	Khu vực không ô nhiễm
새우 살	Thịt tôm
새우	Tôm
생산능력	Năng lực sản xuất
생산량	Sản lượng
선별 대	Bàn dùng để phân loại
선별	Phân loại
세척	Tẩy rửa
세편 뜨기	Phi lê
소독 조	Chậu rửa
소독	Khử trùng
소독수	Nước khử trùng
손 세척	Rửa tay
수산	Thủy sản
수산가공	Gia công thủy sản
수원	Nguồn nước
수질검사	Kiểm tra nguồn nước

수출 시장	Thị trường xuất khẩu
수출코드	Mã số xuất khẩu
시설	Cơ sở vật chất
시험실	Phòng thí nghiệm
식중독	Trúng độc thức ăn
안내장	Tờ hướng dẫn
앞치마	Tạp dề
양식장	Trại nuôi trồng
양철 판	Khuôn bằng tôn
양호한 위생상태	Tình trạng vệ sinh tốt
어묵	Chả cá (chín)
얼음	Đá
얼음창고	Kho đá lạnh
예냉	Làm đông
오염 구역	Khu vực ô nhiễm
오염 물질	Chất ô nhiễm
오염 방지	Chống ô nhiễm
오징어	Mực
온도	Nhiệt độ
와사비	Wasabi
용기	Thùng đựng
용수	Nước sử dụng
용수공급	Cung cấp nước sử dụng
용수배관	Đường ống nước
용수저장탱크	Thùng chứa nước
운반	Vận chuyển
원류 투입	Đưa nguyên liệu vào

원류운반	Vận chuyển nguyên liệu
원류확보	Thu mua nguyên liệu
원자재/원류	Nguyên liệu
위생관리 기준	Tiêu chuẩn quản lý vệ sinh
위생관리 상태	Trạng thái quản lý vệ sinh
위생시설	Thiết bị vệ sinh
유독물질	Chất có độc
응수	Nước ngưng tụ
이물질	Tạp chất
입구	Cổng vào
자연산	Sản phẩm tự nhiên
자체시험실	Phòng thí nghiệm của chính mình
장비	Trang bị
전염성	Tính truyền nhiễm
전처리	Tiền xử lý
절단	Cắt khúc
점검	Kiểm tra
점검받은 적 있다	Đã từng được kiểm tra
접촉표면	Mặt tiếp xúc
제품검사 성적서	Giấy chứng nhận kiểm tra sản phẩn
조명	Chiếu sáng
조사원	Thanh tra viên
주꾸미	Bạch tuộc
주요생산품	Sản phẩn chủ yếu
주요수출국	Nước xuất khẩu chủ yếu
중량/건수	Lô hàng (số lượt)
지적 사항	Nội dung khuyến cáo
지하수	Nước ngầm

질병	Bệnh
처리장	Nơi xử lý
청결상태	Tình trạng sạch sẽ
청소	Dọn vệ sinh
칸막	Màng ngăn
타워	Khăn lau tay
탈의 실	Phòng thay quần áo
트라이/판	Khuôn
팬닝	Lên khuôn
폐기물	Chất thải
폐수	Nước thải
포장 실	Phòng đóng gói
포장	Đóng gói
포장재료	Nguyên liệu đóng gói
품종 별	Từng loại sản phẩm
품질검사	Kiểm tra chất lượng
한지	Mực
항생물질	Chất kháng sinh
항생잔여량	Dư lượng kháng sinh
해동	Giải (xả) đông
해충	Trùng có hại
호소	Hồ nước
호스트	Vòi nước
화학보관 실	Phòng bảo quản chất hóa học
횟감	Các loại gỏi tươi
흰 다리 새우	Tôm chân trắng
HACCP이행	Thực hiện tiêu chuẩn HACCP

식물

가꾸다	Trồng
가시	Gai
가로수	Cây trồng ở hai bên đường
가지	Cây cà
갈대	Cây lau, cây sậy
감	Quả hồng
감나무	Cây hồng
감자	Khoai tây
갓	Tươi, mới
강낭콩	Đậu tây
강아지풀	Cỏ đuôi cáo
개나리	Cây kerari (hoa 4 cánh, màu vàng, mọc ở bờ rào)
개화기	Mùa hoa nở
개화하다	Khai hoa, nở hoa
거두다	Thu hoạch
거름	Phân bón, phân chuồng
거목	Cây to
고구마	Khoai lang
고목	Cổ mộc, cây cổ thụ; cây khô
고비	Cây dương xỉ
고사리	Cây dương xỉ diều hâu

고추	Quả ớt
곡식	Hạt ngũ cốc
과수원	Vườn cây ăn trái, vườn trái cây
과실	Cây ăn trái
과일	Trái cây
광합성	Có tính quang hợp
국화	Hoa cúc
귀리	Yến mạch
귤	Quýt
그루	Bụi, gốc
근대	Cây củ cải đường
금귤	Cây kim quất, quả quất vàng
금잔화	Cây cúc vạn thọ
기장	Cây kê
김	Lá kim làm từ rong biển
깨	Hạt mè, cây mè
꺾꽂이	Chiết cây
꺾다	Bẻ gãy, tách rời
껍데기	Vỏ, mai (tôm, cua, sò, hến, rùa)
꼭지	Thân cây, cuống hoa
꽃	Hoa
꽃가루	Bột hoa
꽃꽂이	Cắm hoa
꽃눈	Chồi lộc, búp hoa
꽃다발	Bó hoa, đóa hoa
꽃대	Thân, cuống hoa
꽃받침	Giá đỡ hoa

꽃씨	Hạt hoa
꽃 향기	Hương hoa
나리	Hoa huệ, bách hợp
나무	Cây
나뭇가지	Nhánh, cành cây
나뭇잎	Lá cây
나이테	Vòng tuổi (trong mặt cắt ngang các gốc cây cho biết tuổi của cây)
나팔꽃	Hoa loa kèn
낙엽	Lá rụng mùa thu
난초	Hoa lan
넝쿨	Cây leo, thân leo, tua
노송나무	Cây tùng già
녹두	Đậu xanh
느타리버섯	Nấm tán
다년생	Lưu niên
다래	Cây bông vải
다시마	Tảo bẹ, tảo bẹ biển
닥나무	Lá dâu tằm
단	Một gói, một túi, một bó, một bọc
단풍나무	Cây lá phong
달래	Củ tỏi rừng
달리아	Cây thược dược
담배	Thuốc lá
담쟁이덩굴	Dây leo tường, bìm bìm
당근	Cà rốt
대나무	Cây tre

대마	Cây gai dầu
대추나무	Cây táo ta (làm thuốc), cây chà là
더덕	Loài cây nhỏ, nở hoa mùa hè, dễ ăn, làm thuốc
덩굴	Cây leo, cây bò
도라지	Cây hoa chuông
도라지 꽃	Hoa hoa chuông
동백나무	Cây hoa trà
두엄	Phân xanh
두해살이	Cây hai vụ
들국화	Cây hoa cúc dại
들꽃	Hoa dại
등꽃	Hoa đậu tía
등나무	Cây đậu tía
따다	Hái, bẻ
딸기	Quả dâu tây
떡갈나무	Cây sồi
떡잎	Lá mầm, chồi, búp của cây
떨기	Một búi, một chùm, một bó, một cụm
라일락	Hoa đinh tử hương
레몬	Chanh
마늘	Tỏi
망고	Xoài, cây xoài
매실	Trái cây mai, quả mai
매화	Hoa mai
맨드라미	Cây mào gà

매실

메론	Melon, quả dưa
모	Mạ
모과	Mộc qua
모란	Cây hoa mẫu đơn
모종	Cây giống, cây con
목단	Cây hoa mẫu đơn
목련	Cây hoa mộc lan
목화	Hoa bông vải
묘목	Cây non
무	Củ cải
무궁화	Hoa dâm bụt
무화과	Quả sung, quả vả
물망초	Cây lưu ly
미루나무	Cây dương
미역	Rong biển
민들레	Cây bồ công anh
밀	Lúa mì, hạt lúa mì
밀감	Quả quít
밀림	Rừng rậm
바닷말	Rong biển, tảo biển
밤	Hạt dẻ
밤나무	Cây dẻ
밭	Đậu đỏ
배	Lê
배나무	Cây lê
배추	Cải thảo
백일홍	Cây bách nhật hồng, cây tử vi

백합	Hoa bách hợp
버드나무	Cây liễu
버섯	Nấm
버찌	Quả anh đào
벚꽃	Hoa anh đào
벚나무	Cây hoa anh đào
벼	Cây lúa
보리	Lúa mạch
복숭아	Quả đào
복숭아나무	Cây đào
봉선화	Hoa bóng nước
부추	Củ tỏi tây
분꽃	Cây hoa phấn
분재	Việc trồng cây trong chậu
비닐하우스	Nhà ni lông
뽕나무	Cây dâu tằm
뿌리	Rễ
사과	Táo
사철나무	Cây bốn mùa
산딸기	Dâu rừng
산림	Núi rừng
산삼	Cây nhân sâm rừng
살구	Quả mơ, mai
살구나무	Cây mơ
삼나무	Sợi gai dầu
삼림	Rừng cây
상록수	Cây lá xanh bốn mùa (thông)

상추	Rau sà lách
생강	Gừng
생화	Hoa dại, hoa tươi
석류	Quả lựu
선인장	Cây xương rồng
설익다	Nửa chín, nửa sống
소나무	Cây thông
솎다	Lựa chọn, chọn lọc
송이	Nái, búp (hoa, chuối)
송이버섯	Nấm thông
수국	Cây tú cầu, cây hoa đĩa
수목 원	Vườn ươm cây
수박	Dưa hấu
수선화	Cây thủy tiên hoa vàng, cây hoa trường thọ
수세미	Cái giẻ rửa bằng xơ mướp
수수	Cây kê Ấn Độ
수술	Nhị hoa
수풀	Lùm cây, bụi rậm, khu rừng nhỏ
수확하다	Thu hoạch
숙주나물	Giá (đậu xanh)
숲	Khu rừng nhỏ, lùm cây, rừng cây
시금치	Rau bina
시들다	Héo
식목일	Ngày hội trồng cây mùa xuân
식물	Thực vật
식물원	Vườn bách thảo

식용식물	Thực vật có thể ăn được
심다	Trồng, gieo hạt, mầm
싸리버섯	Nấm có
싹	Chồi, lộc, nụ, búp
싹트다	Đâm chồi, nảy lộc, bắt đầu phát triển
쑥	Cây ngải
쑥갓	Một vòng hoa cúc, cây hoa cúc hình vương miện
씀바귀	Cây diếp dại
씨	Hạt
씨방	Bầu, nhụy hoa
씨앗	Hạt giống
아열대림	Rừng Á nhiệt đới
아욱	Cây cẩm quỳ
아카시아	Acacia - quả keo
아카시아나무	Cây keo
안개꽃	Hoa sương mù
암술	Nhụy hoa
앵두	Trái anh đào
앵두나무	Cây anh đào
야생화	Hoa dại
야자수	Cây dừa
야채	Rau
약용식물	Dược thảo
약초	Dược thảo
양배추	Bắp cải
양상추	Rau diếp

양송이	Nấm
양파	Hành tây
엉겅퀴	Cây kế
여러해살이	Cây sống lâu năm
여물다	Chín muồi
연근	Củ sen
연꽃	Hoa sen
열무	Củ cải trắng
엽록소	Chất diệp lục
영산홍	Cây đỗ quyên
영지버섯	Nấm linh chi
오동나무	Cây ngô đồng
오디	Cây dâu tằm
오렌지	Quả cam
오미자	Quả cherry đỏ, nhỏ, dùng làm trà
오이	Dưa leo
옥수수	Bắp
온대림	Vùng ôn đới
온실	Nhà kính (trồng rau, hoa...)
올	Đoạn chỉ, đoạn dây
옻나무	Cây được phủ lớp sơn mài
완두콩	Hạt đậu Hà lan
우엉	Cây ngưu bàng
움트다	Chồi mới, cây non mới
월계수	Cây nguyệt quế
유자	Cây thanh yên

유채꽃	Hoa cải dầu
은방울꽃	Hoa lan chuông
은행나무	Cây ngân hạnh
이끼	Rêu, địa y
익다	Chín
인삼	Nhân sâm
일년생	Học trò lớp một
임야	Miền rừng
잎	Lá
잎사귀	Lá cây
잎새	Lá
자두	Quả mận to (giống lai mận và đào)
자라다	Lớn, phát triển
자몽	Cây bưởi
작약	Cây hoa mẫu đơn
잔디	Cỏ
잔디밭	Bãi cỏ
잡초	Cỏ dại
잣	Cạt thông (một loài cây lá nhọn)
잣나무	Cây thông
장미	Hoa hồng
전나무	Cây linh sam, cây thông
접붙이다	Ghép cây, ghép cành, cài, gắn vào
접시꽃	Cây hoa thục quỳ
정원	Khu vườn
제비꽃	Cây hoa vi-ô-lét, hoa bướm

조	Cây kê
조화	Hoa giả, hoa nhân tạo
종묘	Gieo hạt
종자	Hạt, hạt giống
죽순	Măng tre
줄기	Dây, dòng
지다	Héo, tàn, rũ xuống, tan tác, tiêu tan
차조	Hạt kê nếp
참나무	Cây sồi
참외	Quả dưa lê
창포	Cây thạch xương bồ
채소	Rau xanh
채송화	Vườn portulaca, loại cây bám tường
천연기념물	Vật lưu niệm thiên nhiên
총각무	Củ cải non
취	Cây cúc tây
카네이션	Cây cẩm chướng
코스모스	Cúc vạn thọ tây
콩나무	Giá đậu
토끼풀	Cây cỏ ba lá
토란	Khoai sọ, khoai nước
톳	Một bó, một bọc, một gói
퇴비	Phân xanh
튤립	Hoa tulíp
파	Hành
파래	Tảo mía lục, rau diếp biển
팥	Đậu đỏ

패다	Chẻ, bổ củi, đập ra
패랭이꽃	Hoa cẩm chướng Trung Quốc
팽이버섯	Nấm
포기	Gốc, rễ cây
푸성귀	Rau xanh, cỏ xanh
풀	Cỏ dại
풀밭	Cánh đồng cỏ
풋	Tươi, mới, non, chưa chín mùi
플라타너스	Cây tiêu huyền
피다	Nở
할미꽃	Cây bạch đầu ông
해당화	Cây hải đường
해바라기	Hoa hướng dương, hoa mặt trời
해초	Rong biển, tảo biển
햇	Mới, đầu mùa (hoa quả)
행운 목	Cây phát tài
향나무	Cây hương trầm
호두나무	Cây quả hạnh
호박	Bí đỏ
호박꽃	Hoa bí đỏ
홍당무	Củ cải đỏ
화단	Đất để chuẩn bị trồng hoa
화분	Phấn hoa
화초	Bông hoa, cụm hoa
화훼	Hoa (tên một loài hoa, dùng để coi bói)
활짝	Nở bung ra, nở tét lét
호추	Hạt tiêu

한국어 - 베트남어 테마사전

인 쇄   2012년 2월 10일
발 행   2012년 2월 20일
편 저   레휘콰
발행인   서덕일
발행처   글로벌어학사
등록번호 1962. 7. 12. 제 2-110호
주 소 경기도 파주시 회동길 366
전화 02-499-1281,2 팩스 02-499-1283

잘못된 책은 구입하신 서점에서 교환해 드립니다.
이 책은 저작권법에 의해 보호를 받는 저작물이므로
무단전재와 무단복제를 금합니다.

ISBN 978-89-7482-632-1 (13770)

글로벌어학사는 도서출판 문예림의 자회사입니다